AF518762

ഗ്രീൻ ബുക്സ്

ദോഫാറിലേക്കൊരു പേർഷ്യക്കാരൻ

അഷ്റഫ് അമ്പലത്ത്

തൃശ്ശൂർ ജില്ലയിൽ തൊയക്കാവ് ഗ്രാമത്തിൽ
അമ്പലത്ത് വീട്ടിൽ ജനനം.
ഉപ്പ: ഹംസ. ഉമ്മ: ബീവാത്തു
വിദ്യാഭ്യാസം: എഎംഎൽപി സ്കൂൾ കോടമുക്ക്,
ആർസിയുപി സ്കൂൾ തൊയക്കാവ്,
അലീമുൽ ഇസ്ലാം ഹയർ സെക്കണ്ടറി സ്കൂൾ പാടൂർ,
മഹാത്മാ കോളേജ് കാഞ്ഞാണി.
ഇപ്പോൾ ദുബായിൽ ഒരു സ്വകാര്യ കമ്പനിയിൽ
പിആർഒ ആയി ജോലി ചെയ്യുന്നു.

Email: dofarilekkorupersiakkaran@gmail.com

നോവൽ

ദോഫാറിലേക്കൊരു പേർഷ്യക്കാരൻ

അഷ്റഫ് അമ്പലത്ത്

ഗ്രീൻ ബുക്സ്

green books private limited
gb building, civil lane road, ayyanthole,
thrissur- 680 003, kerala, ph: +91 487-2381066, 2381039
website: www.greenbooksindia.com
e-mail: info@greenbooksindia.com

branches:
thrissur 0487-2422515
thiruvananthapuram 0471-2335301
calicut 0495 4854662

malayalam
dofarilekkoru persiakkaran
novel
by
ashraf ambalathu

published september 2023

cover design : s. mahendra

printed in india
manipal technologies ltd

isbn : 978-81-19486-64-9

₹ 160.00
GBPL/1312/2023

സമ്പുഷ്ടമാണീ പ്രവാസ ജീവിതം
നഷ്ടപ്പെടലിന്റെ ദുഃഖവും
പ്രതീക്ഷയുടെ സുഖവും
കാത്തിരിപ്പിന്റെ ആവേശവും
ഇടവിട്ട് കൂടിച്ചേരുന്നതിന്റെ
പുതുമയുമുണ്ടതിൽ.

സ്വപ്നങ്ങളുടെയും പ്രതീക്ഷകളുടെയും പ്രവാസ ഇടങ്ങൾ

അനിൽകുമാർ സി.പി.

ഈ കഴിഞ്ഞ ഒരു നൂറ്റാണ്ടുകാലത്തെ മലയാളി ജീവിതത്തിന്റെ ആകത്തുകയുടെ പേരാണ് പ്രവാസം. ഏതെങ്കിലുമൊക്കെ രീതിയിൽ അത് വന്നുതൊടാത്ത ഒരു മലയാളിയും ഇന്ന് കേരളത്തിലുണ്ടാവില്ല. അതുകൊണ്ടുതന്നെ പ്രവാസത്തെക്കുറിച്ച് എന്തെഴുതിയാലും അത് മലയാളിയുടെ ജീവിതത്തിന്റെ ഒരു നേർച്ചിത്രമായി മാറുകയും ചെയ്യും.

അഷ്റഫ് അമ്പലത്ത് എഴുതിയ 'ദോഫാറിലേക്കൊരു പേർഷ്യക്കാരൻ' എന്ന ഈ പുസ്തകം പ്രവാസത്തെക്കുറിച്ചുള്ള ഒരു അടയാളപ്പെടുത്തലാണ്. പ്രവാസമെന്നാൽ സ്വരാജ്യത്തുനിന്ന് ഒന്നിലധികം രാജ്യങ്ങളിലേക്കുള്ള ജനസമൂഹത്തിന്റെ ചലനമാണ്. സ്വമേധയോ നിർബ്ബന്ധപൂർവ്വമോ ആകാം ഈ വിട്ടുപോക്ക്. സ്വേച്ഛയാ ഉള്ള ഈ ചലനം മിക്കപ്പോഴും മെച്ചപ്പെട്ട ജീവിതസാഹചര്യങ്ങൾ തേടിയാവാം. നമ്മളെ സംബന്ധിച്ചു ഗൾഫ് നാടുകളിലേക്കുള്ള പ്രവാസം, പ്രവാസികളായിട്ടുള്ള യാത്ര നിശ്ചയമായും മെച്ചപ്പെട്ട ജീവിതസാഹചര്യങ്ങൾ തേടിയുള്ളത് തന്നെയാണ്. വീട്ടിലെ, അല്ലെങ്കിൽ നാട്ടിലെ പരിമിതമായ ജീവിതസാഹചര്യങ്ങളിൽ നിന്ന്, അല്ലെങ്കിൽ കടുത്ത ദാരിദ്ര്യത്തിൽനിന്ന്, അതുമല്ലെങ്കിൽ തൊഴിലില്ലായ്മയുടെ രൂക്ഷതയിൽ നിന്ന് രക്ഷ തേടി ഒരു അഭയസ്ഥാനമായി എത്തിപ്പെടാനുള്ള ഒരു മാർഗ്ഗമാണ് നമുക്ക് പ്രവാസം.

പ്രവാസത്തിന്റെ തുടക്കം നൂറ്റാണ്ടുകൾക്കു മുമ്പ് മുതൽ തന്നെ ആരംഭിച്ചിരുന്നു. എന്നാൽ നിലവിൽ നമ്മൾ പ്രവാസം എന്ന് വിശേഷിപ്പിക്കുന്നത് ഗൾഫിലേക്കോ അല്ലെങ്കിൽ യൂറോപ്പ്, അതിനുമപ്പുറമുള്ള ഏഴാം കടലിനക്കരെയുള്ള രാജ്യങ്ങൾ എന്നിവിടങ്ങളിലേക്കോ തൊഴിലും മറ്റും തേടിയുള്ള യാത്രകൾക്കാണ്. വിവിധ ജനതകൾ പല കാലങ്ങളായി ഇന്ത്യയിൽനിന്ന് വിദേശങ്ങളിലേക്ക് പോയി അവിടെ സ്ഥിരതാമസമാക്കിയ ചരിത്രം നമുക്കുണ്ട്. അതിൽ അശോകനും സമുദ്രഗുപ്തനും ഉൾപ്പടെയുള്ളവരുടെ കാലത്തുപോലും പ്രവാസം എന്നത് ഇന്ത്യയിൽ പരിചിതമായ ഒന്നായിരുന്നു. എന്നാൽ നിലവിൽ പ്രവാസം എന്നു പറയുന്നത് നിശ്ചയമായും നിലനില്പിന്റെയും അതിജീവനത്തിന്റെയും ഒരു യുദ്ധം തന്നെയാണ്.

1960കളിൽ ഗൾഫ് പ്രദേശങ്ങളിൽ ഓയിൽ കണ്ടെത്തുകയുണ്ടായി. പിന്നീട് ഓയിലും പെട്രോളും വാണിജ്യാടിസ്ഥാനത്തിൽ ഉൽപ്പാദനം തുടങ്ങിയതോടെ മലയാളികൾ ഈ രാജ്യങ്ങളിലേക്ക് കുടിയേറാൻ തുടങ്ങി. ജീവിതത്തിന്റെ ഏതാണ്ട് എല്ലാ മേഖലകളിലും പ്രത്യേകിച്ചു കച്ചവടത്തിലും വ്യാപാരമേഖലയിലും വൻതോതിലുള്ള മലയാളി സാന്നിധ്യം ഉണ്ടാകുകയും ചെയ്തു.

തങ്ങൾ ചെന്നുകയറുന്ന ഇടങ്ങളിലെല്ലാം പ്രവാസി മലയാളികൾ മാറ്റമുണ്ടാക്കി. അവരുടെ ആഭ്യന്തര കാര്യങ്ങളിൽ ഇടപെടില്ല എന്ന് ഉറപ്പുള്ളതുകൊണ്ടാണ് ഗൾഫ് രാജ്യങ്ങൾ മലയാളികൾ അടക്കമുള്ള ഇന്ത്യക്കാരെ കൂടുതലായി സ്വീകരിച്ചത്. പ്രധാനമായും സാമൂഹ്യസേവന രംഗത്ത് മലയാളികൾ കൂടുതലായി ഇടപെട്ടു. മലയാളികളുടെ പ്രവാസ ജീവിതത്തെ സാമ്പത്തിക അഭയാർത്ഥിത്വം എന്ന് വിളിക്കുന്നവരുണ്ട്. കേരളത്തിന്റെ മൊത്ത വരുമാനത്തിന്റെ വലിയൊരു ശതമാനം വിദേശ മലയാളികളുടെ സംഭാവനയാണ്. പറഞ്ഞുവരുന്നത്, പ്രവാസത്തിലൂടെ മലയാളികൾ അല്ലെങ്കിൽ ഇന്ത്യക്കാർ കടന്നുചെന്ന ഇടങ്ങളിൽ അവർ ഒരു സംസ്കാരത്തെ കൈമാറ്റം ചെയ്തു എന്നും തിരിച്ചു ധാരാളം നവീനമായ ആശയങ്ങൾ സ്വീകരിച്ചുകൊണ്ട് നമ്മുടെ നാട്ടിലേക്ക് തിരികെ വന്നതും നമുക്ക് തൊട്ടറിയാവുന്ന കാര്യങ്ങളാണ്.

'ദോഫാറിലേക്കൊരു പേർഷ്യക്കാരൻ' എന്ന് പറയുന്ന കൃതി ഒരു പ്രവാസിയുടെ, നാടൻ ഗൾഫുകാരന്റെ, അല്ലെങ്കിൽ ഒരു പേർഷ്യാക്കാരന്റെ ജീവിതത്തിന്റെ പരിച്ഛേദമാണ്. ഒരു പ്രവാസി എങ്ങനെ ഉണ്ടാകുന്നുവെന്നതിന്റെ കാരണങ്ങളും ആ പ്രവാസിയുടെ ജീവിതത്തിൽ അയാൾ നേരിടേണ്ടി വരുന്ന വിഷയങ്ങളും സാമാന്യേന വലിയ ഏറ്റക്കുറച്ചിലുകൾ ഇല്ലാതെ ഓരോരുത്തരിലും സംഭവിക്കുന്നു എന്നതാണ് ഈ ഗൾഫ് പ്രവാസത്തിന്റെ ഏറ്റവും വലിയ പ്രത്യേകത. ഇവിടെ പ്രധാനമായ പ്രശ്നങ്ങൾ, കുടുംബത്തെ പിരിഞ്ഞ് അവർക്കുവേണ്ടി അന്യനാട്ടിൽ പോകുന്ന ഒരാൾ. തികച്ചും വ്യത്യസ്തമായ കാലാവസ്ഥ, വ്യത്യസ്തമായ ഭാഷ, ഭൂമിശാസ്ത്രം, സംസ്കാരം. വ്യത്യസ്തമായ ഒരു ചുറ്റുപാടിൽ അയാൾ ചില ജീവിത ലക്ഷ്യങ്ങൾക്കുവേണ്ടിമാത്രം ആ നാട്ടിലേക്ക് എത്തുകയാണ്. ഇത് എല്ലാ ഗൾഫ് രാജ്യങ്ങളിലുമുള്ള പ്രവാസികളും ഒരുപോലെ അനുഭവിക്കുന്ന ഒന്നാണ്.

കഠിനമായ ചൂടും തണുപ്പും പോലെ കാലാവസ്ഥയിലെ അതികഠിനമായ മാറ്റങ്ങൾ എല്ലാം തരണം ചെയ്യാൻ അവർക്ക് കരുത്താകുന്നത്, അവർ എന്തിനു വേണ്ടിയാണ് ആ നാട്ടിലേക്ക് നയിക്കപ്പെട്ടത് എന്ന ചോദ്യമാണ്. അവനെ അവിടെ എത്തിക്കുന്നത് ജീവിതം മുന്നോട്ടു കൊണ്ടുപോകുക എന്ന ഏറ്റവും അടിസ്ഥാന പരമായ ആവിശ്യമാണ്. ഇതെല്ലം ഏതൊരു ശരാശരി പ്രവാസിയുടെയും ജീവിതത്തിൽ ഒന്നുപോലെ കാണാൻ കഴിയുന്ന കാര്യമാണ്. കൂടാതെ ഏതൊരു മനുഷ്യജീവിതത്തിലെയുംപോലെ അനിശ്ചിതത്വങ്ങൾ നിശ്ചയമായും പ്രവാസിയുടെ ജീവിതത്തിലും ഉണ്ടാകും. അത് രോഗമായും അപ്രതീക്ഷിത ജോലിനഷ്ടമായും മറ്റും വരാം. അതുമല്ലെങ്കിൽ ഉറ്റവരുടെ തള്ളിക്കളയലുകളാവാം, ഒറ്റപ്പെടലുകളാവാം. ഇതെല്ലം ഒരു പ്രവാസി, ജീവിതത്തിന്റെ ഏതെങ്കിലുമൊരു ഘട്ടത്തിൽ അനുഭവിക്കുന്ന യാഥാർത്ഥ്യമാണ്. ഇവിടെ ഈ സംഭവങ്ങൾക്കെല്ലാം അന്തരം എവിടെയാണെന്ന് ചോദിച്ചാൽ അതിലെ കഥാപാത്രങ്ങളുടെ പേരുകൾ മാത്രമേ മാറുന്നുള്ളൂ; റഷീദ് എന്നത് മാത്യുവോ, സുലൈമാനോ ഹരിഗോവിന്ദനോ എന്തുമാകാം. ഇതിനപ്പുറം ഇവരെല്ലാം അനുഭവിക്കുന്നത് ഒരേ വ്യഥകൾ

തന്നെയാണ്. പതിറ്റാണ്ടുകളോളം ഗൾഫിലെ ചൂടിലും പരിമിതമായ സൗകര്യങ്ങളിലും ജീവിതം ഹോമിച്ച ശേഷം നാട്ടിലെത്തിക്കഴിഞ്ഞാൽ അനുഭവപ്പെടുന്ന നിരാസവും ഒറ്റപ്പെടലും ചില മനുഷ്യരെ വാർദ്ധക്യത്തിലും തിരികെ ഗൾഫ് എന്ന അഭയസ്ഥാനത്തേക്ക് മടങ്ങിപ്പോകാൻ പ്രേരിപ്പിക്കുന്നത് ഈ പുസ്തകത്തിലെ എഴുത്തിൽ നമുക്ക് കണ്ടെത്താൻ കഴിയുന്നുണ്ട്. നമ്മൾ വാർദ്ധക്യത്തിന് അനുവദിച്ചുകൊടുക്കുന്ന ആനുകൂല്യങ്ങൾ വേണ്ടെന്ന് പറഞ്ഞുകൊണ്ട് പ്രവാസത്തിന്റെ കഠിനതയിലേക്കുതന്നെ തിരിച്ചുപോകാൻ അവരെ നിർബന്ധിതരാക്കുന്നത് അത്രകാലം ആർക്കുവേണ്ടി നിലകൊണ്ടുവോ അവരുടെ കടുത്ത നിരാസങ്ങളാണ്. ഇതെല്ലാം തന്നെ ഇവിടെ ഈ ചെറുപുസ്തകത്തിൽ ചെറുകഥകളായി, എന്നാൽ ഒരു തുടർച്ചയുമുള്ള ശൈലിയിൽ അഷ്റഫ് അമ്പലത്ത് അവതരിപ്പിച്ചിരിക്കുന്നു.

ഈ പുസ്തകം ചെറുകഥകളുടെ കൂട്ടമാണോ എന്ന് ചോദിച്ചാൽ, ഓരോ അധ്യായവും ഓരോ കഥയാണ് പ്രതിപാദിക്കുന്നത് എന്ന് പറയാം. എന്നാൽ ഒരു ലഘുനോവൽ ആണോ എന്ന് ചോദിച്ചാൽ നമുക്ക് അങ്ങനെയും പറയേണ്ടിവരും. കാരണം, ഓരോ അദ്ധ്യായത്തിലും കൃത്യമായ തുടക്കവും ഒടുക്കവും അതിലൊരു കഥയും അടങ്ങിയിരിക്കുന്നു. ഇവയെ ഏകദേശം ആദിമധ്യാന്തം ഒരു കോമൺ ത്രെഡ് കൊണ്ട് ബന്ധിപ്പിച്ചിരിക്കുകയും ചെയ്യുന്നു.

അതുപോലെതന്നെ ഇതിലെ ഒരു അദ്ധ്യായത്തിൽ കാൻസർ വന്ന്, ഒരുതവണ റിക്കവറി ആയി, വിവാഹവും കുട്ടിയും ആയതിനുശേഷം വീണ്ടും ആ രോഗത്തിന്റെ തീവ്രതയാൽ വീണുപോകുന്ന ഒരു മനുഷ്യന്റെ കഥ പറയുന്നുണ്ട്. അവിടെ മരണത്തെ സ്വീകരിക്കാനുള്ള അയാളുടെ മുന്നൊരുക്കങ്ങൾ, ഒരു മനുഷ്യന്റെ ഏറ്റവും വലിയ സ്വപ്നമായ സ്വന്തം വീട് എന്ന തന്റെ ആഗ്രഹത്തെ ജീവിതം തീർന്നുപോകുന്നതിനുമുമ്പ് എങ്ങനെ യാഥാർത്ഥ്യമാക്കുന്നു എന്നതൊക്കെ വളരെ ഹൃദയസ്പർശിയായി അവതരിപ്പിച്ചിട്ടുണ്ട്. മാത്രമല്ല, ഈ പുസ്തകത്തിലെ എഴുത്തിന്റെ ഒരു പ്രത്യേകത, പറയുന്ന കഥകൾ പലതും പറഞ്ഞു പഴകിയതാണെങ്കിലും അവ അവതരിപ്പിക്കാൻ

തിരഞ്ഞെടുത്തിരിക്കുന്ന മാർഗ്ഗം പുതിയതാണ് എന്ന താണ്.

രണ്ട് പ്രവാസികൾ, ഒരാൾ ജോലിയുടെ ഇടവേളയിൽ വന്ന് മടങ്ങുന്നയാൾ, മറ്റെയാൾ ആദ്യമായി രാജ്യത്തിന് പുറത്തേക്ക് പോകുന്നയാൾ. അതും വ്യത്യസ്ത ലിംഗ ങ്ങളിൽ പെട്ടവർ, ഒരാണും പെണ്ണും. ഒരാൾ പ്രവാസ ത്തിന്റെ ചൂടും ചൂരും അറിഞ്ഞയാൾ, അടുത്തയാൾ ആ ദ്യമായി തന്റെ ഭർത്താവിന്റെ അടുത്തേക്ക് പോകുന്ന പ്രവാസമെന്തെന്ന് അറിയാൻ പോകുന്ന യുവതിയും. ഇവർ തമ്മിലുള്ള സംഭാഷണത്തിന്റെ രീതിയിലാണ് ഈ കഥകളെല്ലാം പറഞ്ഞുപോയിരിക്കുന്നത്. നമ്മുടെ പുരാണ ങ്ങളിലെയും ഇതിഹാസങ്ങളിലെയുമൊക്കെ കഥപറച്ചിൽ രീതിയോട്, പ്രത്യേകിച്ചും പഞ്ചതന്ത്രം കഥകളോടാണ് ഇതിലെ നറേഷന് സാമ്യം കണ്ടെത്താനാവുക. ഇതിൽ ഒരു കഥ പറയുകയും ഏറെക്കുറെ ആ കഥ പറഞ്ഞു തീരുന്നതിനൊപ്പം അതിന്റെ ഒരു സാരാംശം കൂടി ഉൾ ക്കൊള്ളിച്ചുകൊണ്ട് ആ കഥ അവസാനിപ്പിക്കുകയും ചെയ്യുന്ന ഒരു രീതിയാണുള്ളത്.

ഇതിനിടയിൽ ചില തർക്കങ്ങളുണ്ടാകുന്നുണ്ട്. സ്ത്രീ സ്വാതന്ത്ര്യത്തെക്കുറിച്ചുള്ള ചിന്തകൾ വരുന്നുണ്ട്. അത് അപൂർവ്വമായിട്ടുള്ള കാഴ്ചയാണ്. കാരണം ഗൃഹാതുരത യുടെ കെട്ടുപിണഞ്ഞ കാഴ്ചകളാണ് എപ്പോഴും പ്രവാസ ചിന്തകളിൽ മുഴച്ചുനിൽക്കുന്നതെങ്കിൽ, അതിനുമപ്പുറം കടന്ന് ഇരുഭാഗവും പ്രത്യേകിച്ച് ഒരു സ്ത്രീയുടെ ഭാഗം എന്താണെന്നുകൂടി, അവൾക്ക് പറയാനുള്ളത് എന്താ ണെന്നുകൂടി എഴുത്തുകാരൻ കണ്ടെത്തുന്നുണ്ട്.

നായിക നസ്രിയ ചില വാദമുഖങ്ങൾ മുന്നോട്ട് വയ്ക്കു ന്നുണ്ട്. പുരുഷൻ പ്രവാസിയായിപ്പോകുന്നു, അതേസമയം നമ്മുടെ നാട്ടിലെ സ്ത്രീകൾ വിവാഹം കഴിയുന്നതോടു കൂടി സ്ഥിരമായ ഒരു പ്രവാസിയായി മാറ്റപ്പെടുന്നുണ്ട്, അല്ലെങ്കിൽ മാറുന്നുണ്ട്. അത് അധികമാരും ചർച്ച ചെയ്തിട്ടുള്ള, അല്ലെങ്കിൽ ശ്രദ്ധിച്ചിട്ടുള്ള ഒരു മേഖലയല്ല. ഒരിക്കലും വിവാഹം കഴിഞ്ഞുപോകുന്ന സ്ത്രീയെ പ്രവാസിയായി കണക്കാക്കാറില്ല. പക്ഷേ പ്രവാസി അനു ഭവിക്കുന്ന ഗൃഹാതുരത്വം, അപരിചിത ചുറ്റുപാടിൽ അവൻ നേരിടുന്ന പ്രയാസങ്ങൾ, ആ ചുറ്റുപാടുമായി

എങ്ങനെ ഇഴുകിച്ചേരണമെന്ന ചിന്തകൾ... ഇതെല്ലം വിവാഹം കഴിഞ്ഞ് ഭർതൃഗൃഹത്തിൽ പോകുന്ന സ്ത്രീയും അനുഭവിക്കുന്നുണ്ട്. അത്രനാൾ ജീവിച്ച ചുറ്റുപാടിൽനിന്ന് തികച്ചും വ്യത്യസ്തമായ മറ്റൊരു ചുറ്റുപാടിലേക്ക്, മറ്റൊരു കൂട്ടം മനുഷ്യരിലേക്ക് അവൾ ഇറങ്ങിച്ചെല്ലുകയാണ്. പ്രവാസിയെ സംബന്ധിച്ചിടത്തോളം അവൻ കുറേ ക്കഴിഞ്ഞു തിരിച്ചു വരികയും പോകുകയും ചെയ്യുന്നു.

ചിലർ പ്രവാസം അവസാനിപ്പിച്ചു തിരിച്ചു വരികയും ചെയ്യുന്നുണ്ട്. എന്നാൽ ഇവിടെ സ്ത്രീക്ക് അത്തരത്തിൽ ഒരു മാറ്റം സാധ്യമല്ല. അവൾ എവിടേക്കാണോ പോകു ന്നത്, പിൽക്കാലത്ത് അത് അവളുടെ ജീവിതമായി മാറുകയാണ്. അപ്പോൾ സ്ത്രീയും ഇതേപോലൊരു അസ്തിത്വ പ്രശ്നം നേരിടുന്നുണ്ട്. ഈ ഒരു വിഷയം ധാരാളമായി കൈകാര്യം ചെയ്യപ്പെട്ടിട്ടില്ല എന്നതിനാൽ തന്നെ ഈ പുസ്തകത്തിലെ ഏറ്റവും കാമ്പുള്ള ഭാഗ മായി നായകനായ അബുവും നായികയായ നസ്രിയയും തമ്മിലുള്ള ഈ സംഭാഷണം മാറുന്നു.

സാധാരണ നമ്മൾ കാണുന്ന, ഗൃഹാതുരത്വം മാത്രം പേറുന്ന ഒരെഴുത്തല്ല ഈ കൃതി. പ്രവാസത്തിന്റെ നേരി ട്ടുള്ള, അതിതീക്ഷ്ണമായ യഥാർത്ഥ സംഭവങ്ങളെ നറേറ്റു ചെയ്യുകയാണ്. യാഥാർത്ഥ്യത്തിനാണ് വൈകാരികതയേ ക്കാളും ഭാവനയേക്കാളും പ്രാധാന്യം.

ജീവിതത്തിന്റെ തൊട്ടാൽ പൊള്ളുന്ന യാഥാർത്ഥ്യ ങ്ങളെക്കുറിച്ചാണ് ഇവിടെ അഷ്റഫ് അമ്പലത്ത് എഴുതി യിരിക്കുന്നത്. ഇത് വായിക്കുന്ന ഏതൊരു വ്യക്തിക്കും എന്താണ് പ്രവാസജീവിതമെന്ന് മനസ്സിലാകുന്ന രീതി യിൽ വളരെ വ്യക്തമായി വരച്ചുവെച്ചിട്ടുണ്ട്. ഒരു പ്രവാസി യുടെ നെഞ്ചിലെ നെരിപ്പോടിന്റെ ചൂട് തൊട്ടറിയാൻ ഇതിലെ താളുകളിലൂടെ സഞ്ചരിക്കുമ്പോൾ നമുക്കാകും. അതുകൊണ്ടുതന്നെ പറയാം, വളരെ കയ്യടക്കത്തോടു കൂടി എഴുതിയിരിക്കുന്ന, സാധാരണക്കാരുടെ ഭാഷയിൽ കൃത്യമായി സംഭവങ്ങളെ കോറിയിട്ടിരിക്കുന്ന, അതി ശയോക്തി ഇല്ലാത്ത സത്യസന്ധമായ എഴുത്താണ് 'ദോഫാറിലേക്കൊരു പേർഷ്യക്കാരൻ' എന്ന പുസ്തകം.

ഈ പുസ്തകത്തിലെ കഥകൾ, അവ എഴുത്തു കാരന്റെയും ജീവിതമാണെന്ന് ഞാൻ തിരിച്ചറിയുന്നു.

വർഷങ്ങളായി ഞാനും ഒരു പ്രവാസിയാണ്. ഒരു പ്രവാസിയെ മറ്റൊരു പ്രവാസിക്ക് തൊട്ടറിയുന്നതിന് അധികം വാക്കുകളുടെ ആവശ്യമില്ല. അത്തരം ഒരു തൊട്ടറിയൽ ഈ വരികൾ വായിച്ചുതീരുമ്പോൾ എന്റെ ഉള്ളിൽ ജനിക്കുന്നു; ഒരേ നെടുവീർപ്പുകളും ഒരേ പ്രതീക്ഷകളും ഒരേ സ്വപ്നങ്ങളും കണ്ട പ്രവാസികളെപ്പോലെ, അല്ലെങ്കിൽ രണ്ട് വ്യക്തികൾ ഈ വരികളിലൂടെ അടുത്ത ബന്ധമുള്ളവരായി മാറുന്നതുപോലെ.

എന്റെ പ്രിയ സുഹൃത്തിന് സ്നേഹാലിംഗനത്തോടെ, ഈ പുസ്തകത്തിന് എല്ലാ ആശംസകളും.

■

സിദുമോൾ

“എന്തുപറ്റി ബാബ?”

മുഖമൊന്ന് വാടിയാൽ, എന്തെങ്കിലും അസ്വസ്ഥതകൾ മനസ്സിൽ ഒളിപ്പിച്ചാൽ, ഉടനെ വരും മുൻതഹാടെ ചോദ്യം.

“എന്തുപറ്റി ബാബ?”

ഒരു പിതാവ് എന്ന സ്ഥാനം പരിപൂർണ്ണമായത് അവളുടെ പിറവിക്ക് ശേഷമാണ്. എവിടെ തനിച്ചിരിക്കുന്നത് കണ്ടാലും ഉടനെ വന്ന് മടിയിൽ കയറിയിരിക്കും. അവൾക്ക് മാത്രം അർഹതപ്പെട്ടതാണ് ആ ഇരിപ്പിടം എന്ന് സഹോദരന്മാരെ അവൾ ആവർത്തിച്ച് ഓർമ്മപ്പെടുത്തിക്കൊണ്ടിരിക്കും. ഒരു മകൾക്ക് ഏറ്റവും സുരക്ഷിതവും പ്രിയപ്പെട്ടതും തന്റെ പിതാവിന്റെ മടിത്തട്ടാണെന്ന് ബോധ്യപ്പെടുത്തിയത് അവളാണ്.

നാട്ടിൽ ഇല്ലാത്ത സമയങ്ങളിൽ വീട്ടിലേക്ക് ഫോൺ ചെയ്താൽ ഏറ്റവും കൂടുതൽ സംസാരിക്കുന്നത് അവളോടായിരിക്കും. ഏറ്റവും കൂടുതൽ ഉത്തരങ്ങൾ പറയേണ്ടത് അവളുടെ ചോദ്യങ്ങൾക്കായിരിക്കും. ഇന്റർനെറ്റ് കോളുകൾ കൊണ്ടുണ്ടായ ഏറ്റവും വലിയ സന്തോഷം അവളുമായി കുറേ നേരം സംസാരിക്കാൻ കഴിയും എന്നതാണ്.

ഓരോ ദിവസവും വിദ്യാലയങ്ങളിലെ വിശേഷങ്ങൾ മുഴുവൻ പറഞ്ഞു കേൾപ്പിച്ചതിനുശേഷം മാത്രമേ അവൾ ഫോൺ മറ്റാർക്കെങ്കിലും കൈമാറുകയുള്ളൂ. ഓരോ വിഷയങ്ങളിലും എന്തെല്ലാം അന്ന് പഠിച്ചു എന്ന് വിശദമായി തന്നെ പറഞ്ഞു കേൾപ്പിക്കും. അവൾ പറയുന്നത് ശ്രദ്ധയോടെ കേൾക്കുന്നുണ്ടോ എന്നുറപ്പ് വരുത്താൻ ഇടയ്ക്കിടെ ചോദ്യങ്ങളും ചോദിക്കും. അവളേക്കാൾ കൂടുതൽ സമയം മറ്റാരോടെങ്കിലും സംസാരിച്ചാലും അവൾക്കിഷ്ടപ്പെടാറില്ല. വളരും തോറും അവളുടെ ചോദ്യങ്ങളും വളർന്നുകൊണ്ടേയിരുന്നു.

ചോദ്യം അവൾ ആവർത്തിച്ചു.

"എന്തുപറ്റി ബാബ?"

അവളുടെ ചോദ്യങ്ങൾക്ക് കൃത്യസമയത്ത് കൃത്യമായ ഉത്തരം ലഭിച്ചില്ല എങ്കിൽ, ചോദ്യം അവൾ ഉറക്കെ ആവർത്തിച്ച് വിശദീകരിച്ചുകൊണ്ടേയിരിക്കും.

"ഇന്നലെ വരെ എന്തൊരു സന്തോഷമായിരുന്നു ഈ ബാബാക്ക്. ഇപ്പോൾ കണ്ടില്ലേ, ഒന്നും മിണ്ടാതെ ഇങ്ങനെ വിഷമിച്ചിരിക്കുന്നേ! ചിരിയും കളിയുമായി ഇരിക്കുമ്പോൾ ബാബാനെ കാണാൻ എന്തൊരു ഭംഗിയാണ്. ഇപ്പോൾ കണ്ടില്ലേ ഒരു ഭംഗിയുമില്ല. ഇന്നലെയും മിനിഞ്ഞാന്നുമൊക്കെ നമ്മൾ ബീച്ചിൽ പോയപ്പോഴും സൂ കാണാൻ പോയപ്പോഴും സിനിമയ്ക്ക് പോയപ്പോഴും പാർക്കിൽ പോയി കളിച്ചപ്പോഴുമൊക്കെ ബാബാനെ കാണാൻ എന്തൊരു രസായിരുന്നു. ഇപ്പോൾ ഒരു ഭംഗിയുമില്ല ബാബാടെ ഈ മുഖം കാണാൻ. എന്തുപറ്റി ബാബ?"

ഇടയ്ക്കിടെ നബ്ഹാൻ ഖുറേഷിന്റെ മുഖത്തേക്ക് നോക്കി മുൻതഹ അവളുടെ ഉത്കണ്ഠ ആവർത്തിച്ചുകൊണ്ടേയിരുന്നു. അവൾക്ക് മറുപടിയായി ഒരു ചെറുപുഞ്ചിരി നല്കാൻ മാത്രമേ അദ്ദേഹത്തിന് കഴിഞ്ഞുള്ളൂ.

"സമയം കുറേ ആയില്ലേ മോളേ, നമുക്ക് ഉറങ്ങിയാലോ?"

അവളുടെ കൈയും പിടിച്ച് അദ്ദേഹം അകത്തേക്ക് നടന്നു. കൊണ്ടുപോകുവാനുള്ള സാധനങ്ങൾ ഒരുക്കുന്നതിന്റെയും അത് പെട്ടിയിൽ അടക്കിവെക്കുന്നതിന്റെയും തിരക്കാണ് അകം മുഴുവൻ.

വാതിൽ പാതി ചാരി മുൻതഹാനെ നെഞ്ചോട് ചേർത്ത് നബ്ഹാൻ കട്ടിലിൽ കിടന്നു. പുറപ്പെടാൻ ഇനി മൂന്ന് മണിക്കൂറേ ഉള്ളോ. അതിന് മുമ്പ് അവളെ താലോലിച്ച് ഉറക്കണം. തനിക്കും ഒന്ന് മയങ്ങണം.

യാത്ര പോകുന്ന ദിവസം അങ്ങനെയാണ്. എത്ര ക്ഷീണമുണ്ടായാലും ദൂരയാത്ര പോകുന്ന ദിവസങ്ങളിൽ ഉറങ്ങാൻ കഴിയാറില്ല. ഗൾഫിലേക്കുള്ള യാത്ര ആണെങ്കിൽ മനസ്സ് ആലോചനയിൽ മുഴുകും. അവിടുന്ന് തിരിച്ച് നാട്ടിലേക്കുള്ള യാത്രയാണെങ്കിൽ, കണക്കുകൂട്ടൽ കൊണ്ടും സന്തോഷം കൊണ്ടും മനസ്സ് നിറയും. സ്കൂളിൽനിന്നും ടൂർ പോവുന്നതിന്റെ തലേ ദിവസത്തെ കുട്ടികളുടെ അവസ്ഥയാണ്. തിരിഞ്ഞും മറിഞ്ഞും കിടന്നാലും ഉറക്കം വരില്ല. ഇടയ്ക്കിടെ തലപൊക്കി അലാറം ക്ലോക്കിൽ സമയം നോക്കും വീണ്ടും തിരിഞ്ഞ് കിടക്കും. ഒരു പ്രവാസജീവിതത്തിന്റെ ആകെത്തുകയാണ് ആ നിമിഷങ്ങൾ. എന്തൊക്കയോ ചിന്തകൾ

മനസ്സിനെ അലട്ടിക്കൊണ്ടിരിക്കും. അലസമായ ചിന്തകൾക്കിടയിൽ എപ്പോഴോ ഒന്ന് കണ്ണടച്ചതേ ഉള്ളൂ.

“സമയമായല്ലോ. കുളിക്കുന്നില്ലേ?” വാതിൽ പാതി തുറന്ന് ആമി ചോദിച്ചു.

അവൾ ഇതുവരെ ഉറങ്ങാതെ കൊണ്ടുപോകുവാനുള്ള വസ്ത്രങ്ങൾ ഇസ്തിരിയിടുന്നതിന്റെയും സാധനങ്ങൾ പാക്ക് ചെയ്യുന്നതിന്റെയുമെല്ലാം തിരക്കിലായിരുന്നു.

നെഞ്ചിൽ നിന്നും ഇറക്കി മുൻതഹാനെ പതുക്കെ കട്ടിലിൽ കിടത്തി, കുളിച്ച് വസ്ത്രം മാറ്റി വന്ന് അദ്ദേഹം സോഫയിലിരുന്നു. രണ്ട് ഗ്ലാസ് ചായയുമായി വന്ന് ആമിയും അടുത്തിരുന്നു. ചായ ഗ്ലാസ് ചുണ്ടോട് ചേർത്തു.

“വസ്ത്രങ്ങൾ എല്ലാം ഹാൻഡ് ബാഗിൽ വെച്ചിട്ടുണ്ട്. തലയിൽ തേക്കാനുള്ള ശിരോസുഖിഎണ്ണ പ്ലാസ്റ്റിക് കവറിൽ പൊതിഞ്ഞ് ലഗ്ഗേജിലാണ് വെച്ചിട്ടുള്ളത്. ഇറച്ചിയും പത്തിരിയും രണ്ട് പാക്കറ്റ് വീതം വെച്ചിട്ടുണ്ട്. വലിയ പാക്കറ്റ് കമ്പനിയിലേക്ക് ഉള്ളതാണ്. അവിടെ ആളുകൾ കൂടുതൽ ഉള്ളതല്ലേ. ചെറിയ പാക്കറ്റ് റൂമിൽ ഉള്ളവർക്ക് കൊടുത്തോ. രണ്ട് ഡബ്ബകളിൽ രണ്ടുതരം അച്ചാറുകൾ ഉണ്ട്. അത് ആർക്കും കൊടുക്കണ്ട, അതിൽ കുറച്ചേ ഉള്ളോ. കുറച്ച് ചിപ്സും ഹൽവയും ഉണ്ണിയപ്പവും അവിൽ വറുത്തതും ഓരോ പാക്കറ്റിൽ വെച്ചിട്ടുണ്ട്. വൈകീട്ടുള്ള ചായയ്ക്ക് കടി നിർബന്ധമുള്ളതല്ലേ, അത് കഴിച്ചോളൂ. കഴുകി പൊടിച്ച മല്ലിപ്പൊടിയും മുളക് പൊടിയും മഞ്ഞൾ പൊടിയും ഓരോ ഡബ്ബകളിലാക്കി വെച്ചിട്ടുണ്ട്. ഒറ്റയ്ക്ക് ഭക്ഷണം ഉണ്ടാക്കി കഴിക്കുമ്പോൾ അത് ഉപയോഗിച്ചാൽ മതി. നേരത്തിന് ഭക്ഷണം കഴിക്കുകയും നേരത്തിന് ഉറങ്ങുകയും ചെയ്യണം.”

അദ്ദേഹത്തിന്റെ മുഖത്തേക്കുപോലും നോക്കാൻ കഴിയാതെ ആമി പറഞ്ഞുകൊണ്ടേയിരുന്നു. കഴിഞ്ഞൊരു മാസം വേണ്ടതെല്ലാം നേരത്തിന് നൽകി ഊട്ടിയും ഉറക്കിയും സന്തോഷിപ്പിച്ചവളുടെ ആകുലതകളാണ് അതെല്ലാം.

“മാവിൻതൈകൾക്കും തെങ്ങിൻതൈകൾക്കും ദിവസവും വെള്ളം ഒഴിക്കണം. ഇൻക്യൂബേറ്ററിൽ വെച്ചിട്ടുള്ള കോഴിമുട്ട ദിവസവും രണ്ട് നേരം തിരിച്ചുവെക്കണം. ഇൻക്യൂബേറ്ററിലെ വെള്ളം കുറയുന്നത് നോക്കണം. രണ്ട് ദിവസം കഴിഞ്ഞാലേ കല്പണിക്കാർക്ക് ഒഴിവുള്ളൂ എന്നാണ് പറഞ്ഞത്. അവർ വന്നാൽ ആ മതിലിന്റെ മുകളിൽ രണ്ട് വരി താബൂക്ക് കെട്ടിക്കണം.”

കഴിഞ്ഞ തവണ അഞ്ച് കോഴികളെയും നാല് താറാവുകളെയുമാണ് ആ മതിൽ ചാടി വന്ന നായ കടിച്ച് കൊണ്ടുപോയത്.

പ്രവാസം അവസാനിപ്പിച്ച് നാട്ടിൽ കൂടുന്നതിനുവേണ്ടി മുൻകൂട്ടി നടത്തുന്ന ഒരുക്കങ്ങളുടെ ഭാഗമാണ് ഈ കോഴികൃഷിയും താറാവ് കൃഷിയുമെല്ലാം. പക്ഷേ തെരുവ് നായ്ക്കൾ അതിന് സമ്മതിക്കില്ല.

"മുവ്വായിരം രൂപ അലമാരിയിൽ വെച്ചിട്ടുണ്ട്. അത്യാവശ്യ കാര്യങ്ങൾ അതെടുത്ത് ചെയ്തോ. ബാക്കി കാര്യങ്ങൾക്കുള്ളത് ഞാൻ എത്തിയിട്ട് അയച്ചു തരാം. മക്കളുടെ കാര്യം പ്രത്യേകം ശ്രദ്ധിക്കണം. ക്ലാസ്സില്ലാത്ത സമയങ്ങളിൽ മുൻതഹ വീട്ടിലുള്ളപ്പോൾ അവളെ തനിച്ചാക്കി പുറത്ത് പോവരുത്. അവളെയും കൂടെ കൂട്ടണം. കൈമുട്ട് വേദനയ്ക്ക് ഒരു ഡോക്ടറെ കാണണം എന്നും കണ്ണിന്റെ പവർ ഒന്ന് ചെക്ക് ചെയ്യണമെന്നും നാട്ടിലേക്കുള്ള ടിക്കറ്റ് ബുക്ക് ചെയ്യുമ്പോഴേ കരുതിയതായിരുന്നു. തിരക്കിനിടയിൽ അതെല്ലാം മറന്നു പോയി. ഇനി അടുത്ത വരവിന് നോക്കാം."

അല്ലെങ്കിലും മാറ്റിവെക്കാനും മറന്ന് പോവാനും ഏറ്റവും എളുപ്പം സ്വന്തം കാര്യമാണെന്ന് പ്രവാസിയോളം തിരിച്ചറിഞ്ഞവർ മറ്റാരുണ്ട്!

ചെയ്തുതീർക്കാൻ ബാക്കി വന്നതും മറന്നുപോയതും തുടർന്ന് ചെയ്യേണ്ടതുമായ കാര്യങ്ങൾ ഓരോന്നായി ഓർത്തടുത്ത് ആമിയെ ഏല്പിച്ചു. എല്ലാം കേട്ടിരുന്ന് കണ്ണുനീർ പൊഴിക്കുന്നുണ്ടവൾ.

മിച്ചുവിനെ അടുത്തേക്ക് വിളിച്ചിരുത്തി ഉപദേശങ്ങൾ നൽകി. "വീട്ടിലെ കാര്യങ്ങൾ നീ ശ്രദ്ധിക്കണം. പത്താം ക്ലാസ്സിലാണ് പഠിക്കുന്നതെന്ന ചിന്ത വേണം. ഉണ്ണികളെ ശ്രദ്ധിക്കണം."

ഉമ്മ കിടക്കുന്ന റൂമിലേക്ക് കടന്ന് ഉമ്മാടെ തൊട്ടടുത്തായി ഇരുന്നു. എഴുന്നേറ്റിരുന്ന് ഉമ്മ കെട്ടിപ്പിടിച്ച് കരയാൻ തുടങ്ങി.

"എല്ലാ പ്രാവശ്യവും പോകുന്നത് പോലെയല്ല. ഈ പ്രാവശ്യം ന്റെ മോൻ തിരിച്ച് പോകുന്നു എന്ന് കേൾക്കുമ്പോ ഉമ്മാക്ക് നെഞ്ചിൽ ഒരു കാളലാണ്. മൂന്ന് ഡോക്ടർമാരെ മാറി മാറി കാണിച്ചിട്ടും ഉമ്മാടെ പുറംനീറ്റലിന് ഒരു കുറവും ല്ല. ന്നാലും ന്റെ മോൻ അടുത്തുണ്ടെങ്കിൽ ഉമ്മാക്കൊരു ധൈര്യവും സമാധാനവുമാണ്. ഇനി എന്നാ ന്റെ മോന് തിരിച്ച് വരാ? ഇനി ന്റെ മോൻ വരുമ്പോ ഉമ്മണ്ടാവോന്ന് പടച്ചോനറിയാം." കരച്ചിലിനിടയിൽ ഉമ്മ ചോദിക്കുന്നുണ്ട്.

"ഒരു നൂറ് കൊല്ലം കൂടി ഉമ്മ ഇനിയും ജീവിക്കും. എപ്പോഴും ഇങ്ങനെ കിടക്കരുത്. ആവത് തോന്നുന്ന സമയത്തെല്ലാം എഴുന്നേറ്റ് നടക്കണം. നടന്നാലേ ഷുഗർ കുറയൂ. ഷുഗർ കൂടുതൽ ഉള്ളതുകൊണ്ടാണ് പുറംനീറ്റലിന് കുറവ് തോന്നാത്തത് എന്നാണ് ഈ മൂന്ന് ഡോക്ടർമാരും പറഞ്ഞത്."

നിറകണ്ണുകളോടെ ഉമ്മാടെ നെറ്റിയിലും നെറുകിലും ചുംബനങ്ങൾ നൽകി റൂമിൽനിന്നും പുറത്തിറങ്ങി.

മക്കൾ കിടക്കുന്ന റൂമിൽ ചെന്ന് അവരുടെ കവിളുകളിൽ മുത്തം കൊടുത്തു. അവർ എഴുന്നേറ്റ് കഴിഞ്ഞാൽ രംഗം വഷളാവും. രണ്ട് പേരും കരച്ചിൽ തുടങ്ങും. തനിക്കും അത് നിയന്ത്രിക്കാൻ കഴിയില്ല. ഈ സമയത്തുള്ള വിമാന ടിക്കറ്റ് തന്നെ ബുക്ക് ചെയ്യുന്നത് അവർ ഉറങ്ങുമ്പോൾ വീട്ടിൽ നിന്നും ഇറങ്ങാമല്ലോ എന്ന ലക്ഷ്യത്തിലാണ്.

മിച്ചുവും ചെറുപ്പത്തിൽ ഇതുപോലെ ആയിരുന്നു, കരച്ചിൽ തുടങ്ങിയാൽ പിന്നെ നിർത്തില്ല. കാര്യങ്ങളെല്ലാം ഇപ്പോൾ അവനും ബോധ്യപ്പെട്ടിട്ടുണ്ട്. ഇടയ്ക്കൊക്കെ നാട്ടിൽ വന്നുപോകുന്ന ഒരു അതിഥിയായ പ്രവാസിയാണ് ബാബ എന്ന യാഥാർത്ഥ്യം അവനും ഇന്ന് ഉൾക്കൊണ്ടിരിക്കുന്നു.

ഈ സമയങ്ങളിലെല്ലാം മനസ്സിനെ ഏറ്റവും വേദനിപ്പിക്കുന്നത് ഉപ്പാടെ അഭാവമാണ്. പുറപ്പെടുന്നതിനേക്കാൾ പത്ത് മിനിറ്റ് മുമ്പേ തയ്യാറായി വന്നിരിക്കണം എന്നത് ഉപ്പാക്ക് നിർബന്ധമാണ്. കൊണ്ടുപോകുവാനുള്ള സാധനങ്ങൾ മുഴുവൻ പെട്ടിയിൽ ഒതുക്കി എന്നും ലഗ്ഗേജ് തൂക്കം കൂടുതൽ ഇല്ല എന്നും പാസ്പോർട്ടും ടിക്കറ്റും കൈയിൽ തന്നെ ഉണ്ട് എന്നും രണ്ടോ മൂന്നോ തവണ ചെക്ക് ചെയ്ത് ഉപ്പ ഉറപ്പ് വരുത്തും.

തിരിച്ചു പോകുവാൻ ഒരാഴ്ച മുമ്പേ ഉപ്പ ചോദിക്കും. “മോന് എന്തൊക്കെയാണ് കൊണ്ടുപോകേണ്ടത്?”

കൊണ്ടുപോകാൻ ഉദ്ദേശിച്ച ഒരു സാധനവും കൊണ്ടുപോകാൻ കഴിയാതിരുന്നിട്ടില്ല. അതിന് അവസരം ഉപ്പ നൽകിയിട്ടില്ല.

“ഏതെങ്കിലും ഡോക്ടർമാരെ കാണാനുണ്ടോ? എങ്ങോട്ടെങ്കിലും ദൂരയാത്ര പോകാൻ ഉദ്ദേശിച്ചിട്ടുണ്ടോ? ഉണ്ടെങ്കിൽ അതെല്ലാം മുൻകൂട്ടി ചെയ്തുവെക്കണം. കുടുംബ ബന്ധുക്കളുടെ വീടുകളിൽ എല്ലാം പോകണം. ലീവിന്റെ അവസാന ദിവസങ്ങളിലേക്ക് മാറ്റി വെക്കരുത് അതൊന്നും.”

ലീവിന് നാട്ടിലെത്തിയാൽ ഇടയ്ക്കിടെ ഉപ്പ ഓർമ്മിപ്പിച്ചു കൊണ്ടേയിരിക്കും.

എത്ര വലുതായാലും ഇടയ്ക്കിടെ അധികാരത്തോടെ ഒന്ന് ശകാരിക്കാൻ, ഓർമ്മപ്പെടുത്തലുകൾ നടത്താൻ, അനുഭവങ്ങൾ കൊണ്ട് ഉപദേശിക്കാൻ, പഴമയുടെ മഹത്വം വിളമ്പാൻ വീട്ടിൽ തലമുതിർന്ന ഒരാൾ വേണമെന്ന് ബോധ്യപ്പെട്ടത് ഉപ്പാടെ മരണശേഷമാണ്.

ഉള്ളിൽ ഒതുക്കിപ്പിടിച്ച സങ്കടം പുറത്തു വരാതിരിക്കാൻ പരമാവധി ശ്രദ്ധിച്ചു. സലീമും ഫൈസലും വണ്ടിയുമായി മുറ്റത്ത് കാത്ത് നില്പുണ്ട്. പെട്ടി ഡിക്കിലേക്ക് അവർ എടുത്ത് വെച്ചു. ഒരിക്കൽകൂടി എല്ലാവരോടും യാത്ര പറഞ്ഞ് ഇറങ്ങി വണ്ടിയിൽ കയറി. വണ്ടി റോഡുകൾ താണ്ടി മുന്നോട്ട് കുതിച്ചു. കോഴിക്കോട് എത്താൻ ഇനി മൂന്ന് മണിക്കൂർ വേണം. പിൻസീറ്റിലേക്ക് തല ചായ്ച്ച് നബ്ഹാൻ ഖുറേഷി കിടന്നു.

അനുസരണയില്ലാത്ത കുട്ടിയെപ്പോലെയാണ് പ്രവാസിയുടെ മനസ്സ്. എത്ര നിയന്ത്രിക്കാൻ ശ്രമിച്ചാലും അതിങ്ങനെ ലക്ഷ്യമില്ലാതെ സഞ്ചരിച്ചുകൊണ്ടേയിരിക്കും.

ഇന്നിന്റെ എല്ലാ സന്തോഷങ്ങളും ഒഴിവാക്കി നല്ലൊരു നാളെയെയും നാളെയിലെ സന്തോഷങ്ങളെയും സ്വപ്നം കണ്ട് അന്യനാട്ടിൽ ജീവിക്കുന്ന ഒരു വിഭാഗത്തിനല്ലാതെ മറ്റാർക്ക് നൽകാൻ കഴിയും സ്വപ്നജീവികളെന്ന നാമം! ലോകത്ത് തന്നെ ഏറ്റവും കൂടുതൽ സ്വപ്നം കാണുന്നൊരു വിഭാഗം പ്രവാസികളാണ്.

വീട്, കുടുംബം, വിവാഹാനന്തര ആദ്യ നാളുകൾ, കുട്ടികളുടെ ജനനം അവരുടെ വളർച്ച, നാട്, നാട്ടുകാർ, നാട്ടിലെയും വീട്ടിലെയും ആഘോഷങ്ങൾ, എല്ലാം ഒഴിവാക്കുമ്പോഴും കാണുന്ന സ്വപ്നം നാളെയെക്കുറിച്ചാണ്. മൂന്നും നാലും ബെഡ്റൂമുകൾ കൊണ്ട് നാട്ടിൽ പണിത സ്വപ്നഗൃഹങ്ങൾ ഒഴിവാക്കി, ഒരാൾക്ക് കിടക്കാനുള്ള സ്ഥലത്ത് രണ്ടാൾക്ക് കിടക്കാൻ വേണ്ടി ബങ്ക് ബെഡ് എന്ന പേരിൽ കട്ടിലിനുമേൽ കട്ടിൽ കയറ്റി വെച്ച്, ഏഴടി നീളവും രണ്ടരടി വീതിയുമുള്ള ബെഡ് സ്പേസിൽ ആയുസ്സിന്റെ മഹാഭൂരിഭാഗം ജീവിച്ച് തീർക്കുമ്പോഴും അഞ്ചും ആറും ആളുകൾ താമസിക്കുന്ന റൂമിലെ ഒരേയൊരു ബാത്റൂമിലെ തന്റെ ഊഴത്തിനായി കാത്തിരിക്കുമ്പോഴും കാണുന്ന സ്വപ്നം നല്ലൊരു നാളെയെക്കുറിച്ചാണ്. ഓഫറുകൾ തേടി ഷോപ്പിംഗ് മാളുകളിലേക്ക് യാത്ര ചെയ്യുമ്പോഴും അവിടുന്ന് കിട്ടുന്ന ലെക്കി ഡ്രോ ടിക്കറ്റുകൾ പൂരിപ്പിച്ച് പെട്ടിയിൽ നിക്ഷേപിച്ച് അതിന്റെ നറുക്കെടുപ്പ് തിയ്യതിക്കുവേണ്ടി കാത്തിരിക്കുമ്പോഴും അതിൽനിന്നും ലഭിക്കുന്ന സമ്മാനത്തുക കൊണ്ട് നാട്ടിൽ കെട്ടിപ്പടുക്കാൻ കഴിയുന്ന സന്തോഷങ്ങളെക്കുറിച്ചാണ് സ്വപ്നങ്ങൾ മുഴുവൻ.

സലീമും ഫൈസലും എന്തൊക്കയോ സംസാരിക്കുന്നുണ്ടെങ്കിലും ചിന്ത മുഴുവൻ മറുപടി പറയാൻ കഴിയാതെ നിശ്ശബ്ദമാവേണ്ടി വന്ന മുൻതഹാടെ ആ ചോദ്യത്തിലേക്കായിരുന്നു.

കൗമാരത്തിന്റെ എല്ലാ കുസൃതികളും ആസ്വദിച്ച് യവ്വനത്തിലേക്കുള്ള ചുവട് വെപ്പിനിടയിൽ ആയിരുന്നു ഒട്ടും പ്രതീക്ഷിക്കാതെ

ആദ്യമായി പ്രവാസത്തിലേക്ക് പ്രവേശിച്ചത്. വെള്ളവും വെളിച്ചവുമുള്ള ഫലപുഷ്ഠമായ കേരള മണ്ണിൽ നിന്നും വരണ്ടുണങ്ങിയ മരുഭൂമിയിലേക്കുള്ള ഒരു പറിച്ച് നടൽ. പ്രവാസ ഭൂമിയിൽ വേരുറപ്പിക്കുകയായിരുന്നു ആദ്യ കടമ്പ. കുടുംബത്തെയും നാടിനെയും ഉപേക്ഷിക്കേണ്ടി വന്നതിന്റെ മനഃപ്രയാസം ഉണ്ടായിരുന്നെങ്കിലും വലിയൊരു പദ്ധതി തന്നെ പെട്ടെന്ന് മനസ്സിൽ തയ്യാറാക്കി. രണ്ടോ മൂന്നോ വർഷങ്ങൾ മാത്രം പ്രവാസിയാവുക. തിരിച്ചു പോയി എന്തെങ്കിലുമൊരു ബിസിനസ്സ് തുടങ്ങി നാട്ടിൽ കൂടുക. ആ നിൽപ്പ് മൂന്ന് വർഷം നീണ്ടിട്ടും ആ പദ്ധതി നടപ്പിലാക്കാൻ ഇനിയും വൈകും എന്ന തിരിച്ചറിവിലാണ് നാട്ടിലേക്കൊന്ന് ലീവിന് പോകുവാൻ തീരുമാനിച്ചത്.

അങ്ങനെ ആദ്യ തവണ ലീവിൽ നാട്ടിൽ എത്തിയ അന്ന് അതിരാവിലെ കോലായിലിരുന്ന് ചായ കുടിക്കുന്ന തന്നെ നോക്കി വഴിയിലൂടെ പോകുന്ന ജാനുവേച്ചിയാണ് ചോദിച്ചത് 'പേർഷ്യക്കാരൻ എപ്പോ വന്നു' എന്ന്. ആ ചോദ്യം കേട്ടപ്പോഴാണ് ആ യാഥാർത്ഥ്യം തിരിച്ചറിഞ്ഞത്. താനുമൊരു പേർഷ്യക്കാരൻ പട്ടം സ്വന്തമാക്കിയിരിക്കുന്നു. വളരെ കുട്ടിക്കാലത്തെ കേട്ട് തുടങ്ങിയതാണ് പേർഷ്യക്കാരൻ എന്ന ഈ വാക്ക്.

ഗ്രാമങ്ങൾക്കുള്ളിൽ ടാറിട്ട റോഡുകൾ കടന്ന് വരാതിരുന്നൊരു സമയത്ത്, മതിൽക്കെട്ടുകൾകൊണ്ട് അതിരുകൾ തിരിക്കാമെന്ന് കണ്ടെത്തുന്നതിനേക്കാളും മുമ്പ്, മുറ്റങ്ങളും പറമ്പുകളും പൊതുവഴിയായിരുന്നൊരു കാലത്ത്, മാനത്ത് വെള്ള കീറും മുമ്പേ എഴുന്നേറ്റ് മുറ്റമടിച്ചുകൊണ്ട് ഉമ്മ പറഞ്ഞു, "ആരോ പേർഷ്യക്കാർ പോയിട്ടുണ്ട് ഈ വഴിയെ, പേർഷ്യൻ അത്തറിന്റെ മണമുണ്ടിവിടെ."

എൽപി സ്കൂളിലെ ചെറിയ ബെഞ്ചിൽ ഇരുന്ന് പൊട്ടിയ സ്ലെയ്റ്റിൽ പെൻസിൽ തുണ്ട് കൊണ്ട് ചിത്രം വരയ്ക്കുന്നതിനിടയിൽ അടുത്തിരിക്കുന്ന കൂട്ടുകാരൻ ഫൈസൽ കൊണ്ടുവന്ന ഇൻസ്ട്രുമെൻസ് ബോക്സ് തുറന്ന് മണമുള്ള റബ്ബറും ഭംഗിയുള്ള കട്ടറും ചില്ലിന്റെ പെന്നും മൂട്ടിൽ റബ്ബറുള്ള പെൻസിലും കണ്ട് അന്ധാളിച്ചിരുന്നപ്പോൾ അവൻ പറഞ്ഞു, "ഉപ്പ പേർഷ്യയിൽനിന്ന് കൊണ്ട് വന്നതാ."

ഇടംകൈയിൽ ത്രീഫൈവ് സിഗററ്റ് പാക്കറ്റിനോട് ചേർത്ത് പിടിച്ച ഞെക്കുമ്പോൾ കത്തുന്ന ലൈറ്ററും വലംകൈയിൽ കത്തിയെരിയുന്ന സിഗററ്റും അരയടി ഉയരമുള്ള ചെരിപ്പും ധരിച്ച്, ശരീരത്തോട് ഒട്ടിച്ചേർന്ന് കിടക്കുന്ന നീളൻ കോളറുള്ള ഷർട്ടിൽ, മീറ്ററുകൾക്ക് ദൂരെ നിന്നും മണം പരത്തുന്ന ബ്റൂട്ടിന്റെ സ്പ്രേയും അടിച്ച്,

പൊന്നിന്റെ നിറമുള്ള വാച്ചും കെട്ടി വീട്ടിലേക്ക് കടന്ന് വരുന്ന ആളെ കണ്ടപ്പോൾ ഉപ്പ ഉറക്കെ ചോദിച്ചു, "പേർഷ്യക്കാർ എന്നാ വന്നേ?"

എൽ.പി. സ്കൂളിലെ അവസാന ദിവസത്തെ ക്ലാസ് പിരിയാൻ നേരം, ഇനി പോകുന്നത് യുപി സ്കൂളിലേക്കാണെന്നും നന്നായി പഠിക്കണമെന്നും സ്നേഹോപദേശം നൽകിയതിനുശേഷം ഓരോരുത്തരോടായി ബാലൻ മാഷ് ചോദിച്ചു, "വലുതാവുമ്പോൾ ആരാവാനാ ആഗ്രഹം?"

"എനിക്ക് പേർഷ്യക്കാരനായാൽ മതി." ഊഴത്തിനായി കാത്ത് നിൽക്കാതെ ഞാനും ഉറക്കെ പറഞ്ഞു.

വഴിയെ പോകുന്ന ആരോ ഒരാൾ ഉറക്കെ വിളിച്ച് ചോദിച്ചു. "ഹംസക്ക ഉണ്ടോ അവിടെ?"

ഉമ്മറത്തു കളിക്കുകയായിരുന്ന ഞാൻ അത് കേട്ടില്ല. ശബ്ദം കൂട്ടി വീണ്ടും അദ്ദേഹം ചോദിച്ചു, "ഫോറിൻ ഹംസക്ക ഉണ്ടോ അവിടെ?"

"ഇല്ല." ഞാൻ പറഞ്ഞു.

"എവിടെ പോയി?" ചേട്ടൻ ചോദ്യം തുടർന്നു.

"ആരോ പേർഷ്യക്കാർ വന്നിട്ടുണ്ട്. അവരുടെ സാധനങ്ങൾ വിൽക്കാൻ തൃശ്ശൂർ പോയി.'

അടുക്കളയിലെ പുകയുന്ന അടുപ്പിലേക്ക് ഊതുന്നതിനിടയിൽ തലയൊന്ന് പൊക്കി ഉമ്മ ഉറക്കെ പറഞ്ഞു.

പേർഷ്യൻ സാമ്രാജ്യത്വത്തെക്കുറിച്ചും പേർഷ്യൻ ചക്രവർത്തികളെക്കുറിച്ചും പേർഷ്യൻ ചരിത്രങ്ങളെക്കുറിച്ചുമെല്ലാം മഹാത്മാ കോളേജിന്റെ ക്ലാസ്മുറിയിലിരുന്ന് സദാനന്ദൻ മാഷ് തൊള്ള കീറി ലോകചരിത്രം പഠിപ്പിച്ചപ്പോഴും 'പേർഷ്യയെന്നാൽ അത്തർ മണക്കുന്ന, ഇഷ്ടമുള്ളതെല്ലാം കിട്ടുന്നൊരിടം' എന്നതിനപ്പുറം ഒന്നുമായിരുന്നില്ല.

ഏത് പാതിരാക്കും ഏത് ഇടവഴിയും തന്റേതായിരുന്നു ലോകത്ത്, മൂന്ന് വർഷത്തെ പ്രവാസ ജീവിതത്തിനുശേഷം തിരിച്ചെത്തിയപ്പോൾ താനൊരു അപരിചിതനായി മാറിയിരിക്കുന്നു. പരിചയക്കാരെല്ലാം പേർഷ്യക്കാരൻ പരിഗണന നൽകി അകലം പാലിക്കാൻ ശ്രമിക്കുകയോ തിരിച്ച് പോകാൻ എത്ര ദിവസമുണ്ട് എന്ന ചോദ്യത്തിലൂടെ താനീ നാട്ടുകാരനല്ലായെന്ന് ഇടയ്ക്കിടെ ഓർമ്മപ്പെടുത്തുകയോ ചെയ്യുന്നു. മൂന്ന് വർഷത്തിനുള്ളിൽ വളർന്ന ചിലരോടും ഓർത്തെടുക്കാൻ കഴിയാത്ത ചില മുഖങ്ങളോടും അപരിചതത്വം

തോന്നിയപ്പോൾ അകലം പാലിച്ചതിന്റെ പേരിൽ, അന്യനാട്ടിൽ നിന്നും കാശുണ്ടാക്കിയതിന്റെ ഹുങ്കിൽ അഹങ്കാരം കാണിക്കുന്നു എന്ന ചീത്തപ്പേരും ലഭിച്ചു.

പിന്നീട് നാട്ടിലേക്കുള്ള ഓരോ വരവിലും അടുത്ത വരവോടെ പ്രവാസം അവസാനിപ്പിക്കുന്നതിന് വേണ്ടിയുള്ള പദ്ധതികൾ തയ്യാറാക്കും. ഓരോ തവണ ലീവിൽ വന്ന് തിരിച്ചുപോയാൽ പിന്നെ ആ വരവിൽ ഉണ്ടായിട്ടുള്ള സാമ്പത്തിക ബാധ്യതകൾ തീർക്കാനുള്ള ഓട്ടപ്പാച്ചിലാവും. അത് തീരുമ്പോഴേക്കും അടുത്ത ലീവിനുള്ള സമയമാകും. പ്രവാസം അവസാനിപ്പിക്കുക എന്ന പദ്ധതി നടപ്പിലാക്കൽ വീണ്ടും അടുത്ത വരവിലേക്ക് നീട്ടും.

ആദ്യം കുടുംബ ബാധ്യതകൾ, പിന്നീട് സഹോദരിമാരുടെ വിവാഹങ്ങൾ, പിന്നെ സ്വന്തം വിവാഹം, മക്കളുടെ ജനനം, അവരുടെ പഠനം, സ്വന്തമായൊരു വീട്. അങ്ങനെ ജീവിതത്തെ വരിഞ്ഞ് മുറുക്കിയ ബാധ്യതകൾ ഓരോന്നായി അഴിച്ച് ഒന്ന് സ്വതന്ത്രമാവാൻ ശ്രമിക്കുന്നതിനിടയിൽ ആയുസ്സിലെ പ്രധാനപ്പെട്ട വർഷങ്ങൾ ഇരുപത്തിരണ്ട് കൊഴിഞ്ഞ് പോയതറിഞ്ഞില്ല.

ചിലപ്പോഴൊക്കെ ചിലരുടെ മുഖമെങ്കിലും ഒന്ന് സന്തോഷിപ്പിക്കാൻ, പറിച്ചു നൽകിയ ആയുസ്സിന് പകരമായി ലഭിച്ച സമ്പാദ്യത്തിന് കഴിഞ്ഞിട്ടുണ്ട് എന്ന് സംതൃപ്തിയോടെ ഓർക്കുമ്പോഴും മക്കളുടെ പിറവികളും അവരുടെ വളർച്ചകളും നേരിൽ കാണാൻ ആഗ്രഹിച്ചിട്ടും അതൊന്നും സാധ്യമാവാതെ ബാധ്യതയ്ക്കുമേൽ ബാധ്യതകൾ കുമിഞ്ഞുകൂടി അതിനുള്ള പരിഹാരങ്ങൾക്കായി വീണ്ടും പ്രവാസച്ചിറകിലേറുന്ന ബാബാക്ക് 'എന്തുപറ്റി ബാബ' എന്ന ചോദ്യത്തിന്, മൗനമല്ലാതെ വേറെന്ത് ഉത്തരം നല്കാൻ കഴിയും!

അഥവാ ഈ യാത്ര പാതിവഴിയിൽ മുടങ്ങിയാൽ വീട്ടിലേക്ക് തന്നെ തിരിച്ചു പോകുവാനും പ്രിയപ്പെട്ട മുഖങ്ങൾ ഒരിക്കൽകൂടി കാണുവാനും ഒരു വട്ടംകൂടി അവരോട് കൂടെ കഴിയുവാനും പരുവത്തിൽ കൊതിക്കുന്നതാണ് ഭൂരിഭാഗം ഓരോ പ്രവാസി മനസ്സുകളും.

ചിന്തകൾ കാട് കയറുന്നതിനിടയിൽ വണ്ടി എയർപോർട്ടിന് മുന്നിൽ എത്തിയതറിഞ്ഞില്ല.

അവൾ നസ്രിയ

എയർപോർട്ടുകൾക്ക് എന്നും രണ്ട് മുഖങ്ങളാണ്. ആ രണ്ട് മുഖങ്ങൾക്ക് വ്യത്യസ്തങ്ങളായ രണ്ട് വികാരങ്ങളുമാണ്. ജോലിയെടുക്കാൻ പോകുന്ന പ്രവാസികൾക്ക് നാട്ടിലെ എയർപോർട്ടുകളിലെ അകത്തേക്കുള്ള കവാടത്തിന് സങ്കടത്തിൽ കുതിർന്ന പ്രതീക്ഷയുടെ മുഖവും പുറത്തേക്കുള്ള കവാടത്തിന് സന്തോഷത്തിന്റെ മുഖവുമാണ്. വിദേശത്തുള്ള എയർപോർട്ടുകൾക്ക് നേർവിപരീതവും.

അലസമായ ചിന്തകളെ തട്ടിമാറ്റിക്കൊണ്ട് സുന്ദരമായ ആ സ്ത്രീരൂപം തൊട്ടടുത്ത് വന്ന് നിലയുറപ്പിച്ചു. ഒരു സ്ത്രീ സൗന്ദര്യത്തിന്റെ എല്ലാ ചേരുവകളും ആവാഹിച്ചെടുത്തിരുന്നു അവൾ. വെളുത്ത് തുടുത്ത അവളുടെ കവിളുകളിലെ നുണക്കുഴിയും വട്ടത്തിൽ ചുറ്റിയ റോസ് ഹിജാബും അവളെ കൂടുതൽ സുന്ദരിയും മൈലാഞ്ചി കൊണ്ട് വരച്ച ചിത്രങ്ങൾ അവളുടെ കൈകളെ കൂടുതൽ മനോഹരവുമാക്കി. വശ്യമായ അവളുടെ ചിരിയും പുഞ്ചിരിച്ചുകൊണ്ടുള്ള സംസാരവും ആരെയും അവളിലേക്ക് ആകർഷിപ്പിക്കാൻ പര്യാപ്തമായിരുന്നു.

കോഴിക്കോട് എയർപോർട്ടിൽ സലാലയിലേക്ക് പോകുന്ന എയർ ഇന്ത്യ എക്സ്പ്രസ്സിന് ബോഡിങ്ങ് പാസെടുക്കാൻ വരിയിൽ നിൽക്കുന്നതിനിടയിൽ പിറകിൽ നിന്നും തോണ്ടിയ ആ മധ്യവയസ്കനാണ് അവളെ പരിചയപ്പെടുത്തിയത്.

“എന്റെ മകളാണ് ഇത്, ഇവളും സലാലയിലേക്കാണ്, എന്തെങ്കിലും ആവശ്യം വന്നാൽ മോളെ ഒന്ന് സഹായിക്കണേ. മകൾ ആദ്യമായിട്ടാണ് നാട് വിട്ടു പോകുന്നത്.”

ഒരു തേങ്ങലോടെ അവളെ കെട്ടിപ്പിടിച്ച് അവളോട് യാത്രയും പറഞ്ഞു നിറകണ്ണുകളോടെ അദ്ദേഹം നടന്നകന്നു.

അതിന്റെ പ്രയാസം അവളുടെ മുഖത്തും നിഴലിക്കുന്നുണ്ടായിരുന്നു. ഒരു ചെറുമന്ദഹാസത്തോടെ തന്റെ തൊട്ടുപിറകിലായി

അവൾ നിലയുറപ്പിച്ചു. ബോഡിങ് പാസെല്ലാം വാങ്ങി മുന്നോട്ട് നടക്കുമ്പോഴും അവൾ പിറകിൽതന്നെ ഉണ്ടായിരുന്നു. അങ്ങ് ദൂരെ നിന്ന് കൈവീശി കാണിച്ച് മകൾക്ക് യാത്രാമംഗളം നേരുന്ന വാപ്പാനെ, നോട്ടം മറയുന്നതുവരെ നോക്കിക്കൊണ്ടായിരുന്നു അവ ളുടെ നടത്തം.

ദൂരയാത്രകളിൽ, പ്രത്യേകിച്ച് പ്രവാസയാത്രകളിൽ അനുഭവി ക്കുന്ന ഒരു മാനസിക പ്രതിസന്ധിയാണത്. ഏറ്റവും പ്രിയപ്പെട്ട എന്തൊക്കയോ നഷ്ടപ്പെടുന്നു എന്ന് മനസ്സ് വെറുതെ മന്ത്രിച്ചു കൊണ്ടിരിക്കും. അറിയാതെ കണ്ണൊന്ന് നിറയും. തിരികെ ഇനി ഇങ്ങോട്ട് എന്ന് വരാൻ കഴിയുമോ, വന്നാൽതന്നെ ഈ പ്രിയപ്പെട്ട തെല്ലാം ഇതുപോലെ ഇവിടെ അവശേഷിക്കുമോ? എന്നെല്ലാം മനസ്സ് ഇങ്ങനെ ചോദിച്ചുകൊണ്ടിരിക്കും.

എമിഗ്രേഷൻ ചെക്കപ്പ് എല്ലാം കഴിഞ്ഞു ബോഡിങ് പാസ്സെ ടുത്ത് വെയ്റ്റിങ്ങ് ഏരിയയിലേക്ക് നടന്നതും അവർ ഒരുമിച്ചായി രുന്നു. അവിടെ തൊട്ടടുത്ത സീറ്റുകളിലായി അവർ ഇരുന്നു. അവൾ പരിചയപ്പെടുത്തി.

“ഞാൻ നസ്രിയ, സ്ഥലം തലശ്ശേരി. ഒമാനിലെ ഒരു പ്രമുഖ ജ്വല്ലറിയിലെ ജീവനക്കാരനാണ് ഭർത്താവ്. വിവാഹം കഴിഞ്ഞ് പതിനാറ് ദിവസമേ ഞങ്ങൾ ഒരുമിച്ചു ജീവിച്ചിട്ടുള്ളൂ. പുയ്യാപ്ല തിരിച്ചു പോയിട്ട് ആറു മാസമായി.”

വാതോരാതെ സംസാരിക്കുന്ന ഒരു സംസാരപ്രിയയാണ് നസ്രിയ. ഇതുപോലുള്ള ദീർഘദൂരയാത്രകളിൽ സംസാരപ്രിയരെ കൂടെ കിട്ടുന്നത് ഒരനുഗ്രഹമാണ്. സംസാരിപ്പിക്കാനും സംസാരി ക്കാനും ഇങ്ങനെ കിട്ടുന്ന അവസരങ്ങൾ അദ്ദേഹം പാഴാക്കാറില്ല. പേര് പോലും ചോദിക്കാതെ നസ്രിയ അവളുടെ സംസാരം തുടർന്നു കൊണ്ടേയിരുന്നു.

“കഴിഞ്ഞ ആഴ്ചയാണ് വിസ കൈയിൽ കിട്ടിയത്. വിസ കിട്ടി യത് മുതലേ പോകുവാനുള്ള ഒരുക്കങ്ങളിലായിരുന്നു ഞാൻ. കൊണ്ടുപോകുവാനുള്ള സാധനങ്ങൾ തയ്യാറാക്കുന്ന തിരക്കിൽ വീട്ടുകാരും.” കൈയിലെ വാനിറ്റി ബാഗിന്റെ സിബ്ബ് പാതി തുറന്ന് വെള്ളക്കടലാസ്സിലുള്ള ഒരു പൊതി നസ്രിയ പുറത്തെടുത്തു. നാലായി മടക്കി റബ്ബർ ബാൻഡ് കൊണ്ട് ബന്ധിച്ചിരുന്ന ആ പൊതി അവൾ പതിയെ തുറന്ന് അതിനുള്ളിൽ വാഴയിലയിൽ പൊതിഞ്ഞ എന്തോ ഒന്ന് അദ്ദേഹത്തിന് നേരെ നീട്ടി.

“എന്താ ഇത്?” അദ്ദേഹം ചോദിച്ചു.

“ഇത് കോഴിയട. വീട്ടിൽനിന്നും ഇറങ്ങാൻ നേരം ഉമ്മ ബാഗിൽ വെച്ചുതന്നതാണ്.” അവൾ പറഞ്ഞു.

അതിൽനിന്നും ഒന്നെടുത്ത് അദ്ദേഹം കടിച്ചു. നല്ല ക്രിസ്പിയും രുചിയുമുള്ള കോഴിയട.

“ഏറ്റവും രുചിയുള്ള ഭക്ഷണങ്ങൾ കഴിച്ചിട്ടുള്ളത് തലശ്ശേരിക്കാരിൽ നിന്നുമാണ്. കുറഞ്ഞ സമയംകൊണ്ട് വ്യത്യസ്തയിനം ഭക്ഷണങ്ങൾ പാകം ചെയ്യുന്നതിലും അതിഥികളെ സൽക്കരിക്കുന്നതിലും തലശ്ശേരിക്കാർക്ക് ഒപ്പമെത്താൻ മറ്റാർക്കും കഴിയില്ല.” കോഴിയട പാതി കടിച്ചുകൊണ്ട് അദ്ദേഹം പറഞ്ഞു.

“കോഴിയട കഴിക്കുന്നതിനിടയിൽ എന്നെ പരിചയപ്പെടുത്താൻ ഞാൻ മറന്ന് പോയി. ഞാൻ അബുസിദ്ര, സ്ഥലം തൃശ്ശൂർ.” ചിരിച്ചുകൊണ്ട് അദ്ദേഹം പരിചയപ്പെടുത്തി.

പേരിലെ വ്യത്യസ്തത ബോധ്യപ്പെടാത്തവണ്ണം അവൾ അദ്ദേഹത്തെ നോക്കിയൊന്ന് ചിരിച്ചു.

“അബുക്ക എന്ന് വിളിച്ചോളൂ. അങ്ങനെയാണ് എല്ലാരും വിളിക്കാറ്.”

മൂന്ന് മക്കളിൽ മൂന്നാമത്തേത് മകളായതുകൊണ്ട് അവളുടെ പിറവിയോടെ അവളുടെ പിതാവായി അറിയപ്പെടുന്നതിലാണ് കൂടുതൽ സന്തോഷം തോന്നിയത്. സിദ്ര മോളുടെ പിതാവ് എന്ന് അർത്ഥം വരുന്ന ‘അബു സിദ്ര’ എന്നാണ് സ്വയം പരിചയപ്പെടുത്താറ്.

പേരിലുള്ള കൗതുകമാണോ മകളെ കൂടുതൽ ചേർത്ത് പിടിക്കാൻ ആഗ്രഹിക്കുന്ന ഒരു പിതാവിനോടുള്ള ബഹുമാനമാണോ എന്നറിയില്ല നസ്രിയയുടെ സംസാരത്തിന് ആവേശവും അടുപ്പവും വർദ്ധിക്കുന്നതായി തോന്നി.

”ജീവിതത്തിൽ ആദ്യമായിട്ടാണ് ഞാൻ വീട് വിട്ട് നിൽക്കാൻ പോകുന്നത്. എനിക്കും വീട്ടുകാർക്കും കൂടുതലും അതിന്റെ പ്രയാസമാണ്.”

തെല്ലൊരു കൗതുകത്തോടെ തന്നെ അബു അവളെ നോക്കി. ആ നോട്ടത്തിന്റെ പൊരുൾ തിരിച്ചറിഞ്ഞവൾ തുടർന്നു.

“ഞങ്ങൾ മംഗലം കഴിഞ്ഞാലും ഞങ്ങളുടെ വീട്ടിൽ തന്നെയാണ് സ്ഥിരം നിൽക്കാറ്. പുയ്യാപ്ലയും ഞങ്ങളുടെ കൂടെ തന്നെ ഉണ്ടാവും. അറയിൽ കൂടുക എന്നാണ് ഞങ്ങൾ അതിനെ പറയുന്നത്. അതോണ്ട് മംഗലം കഴിഞ്ഞിട്ടും വല്യ ടെൻഷൻ ഒന്നും ഉണ്ടാവാറില്ല. എനിക്ക് മൂത്തത് രണ്ട് ഇത്താത്തമാരും ഒരു ഇക്കാക്കയുമാണ്. ഇത്താത്തമാർക്ക് രണ്ട് പേർക്കുമുണ്ട് ഓരോ അറകൾ ഞങ്ങളുടെ വീട്ടിൽ. അവരുടെ പുയ്യാപ്ലമാരെല്ലാം നാട്ടിൽ തന്നെയാണ് ജോലി. എന്റെ ഉപ്പാനെ നിങ്ങൾ കണ്ടില്ലേ? മൂപ്പരും മുമ്പ്

ദുബായിലായിരുന്നു. പ്രവാസമെല്ലാം അവസാനിപ്പിച്ച് നാട്ടിൽ കൂടിയിട്ട് കുറച്ച് കാലമായി. ഇപ്പോൾ വീടിനടുത്തായി ചെറിയൊരു സ്റ്റേഷനറിക്കട നടത്തുകയാണ്. ഉമ്മയും വന്നിരുന്നു എയർപോർട്ടിലേക്ക്. പക്ഷേ പാസ്സെടുത്ത് അകത്തേക്ക് കയറിയില്ല.

നിങ്ങളുടെ ഭാര്യ നിങ്ങളുടെ വീട്ടിൽ തന്നെയായിരിക്കും ല്ലേ? പുയ്യാപ്ലന്റെ വീട്ടിൽ തന്നെ സ്ഥിരമായി നിൽക്കുന്ന പതിവല്ലേ നിങ്ങളുടെ നാട്ടിൽ ഉള്ളത്. പെണ്ണുങ്ങൾക്ക് വല്ലാത്തൊരു ബുദ്ധിമുട്ടുള്ള കാര്യമല്ലേ അതൊക്കെ? നിങ്ങളുടെ നാട്ടിലെ പെണ്ണുങ്ങളുടെ ഒക്കെ കാര്യം വലിയ സങ്കടമാണല്ലേ? മംഗലം കഴിഞ്ഞാൽ പിന്നെ അവർ പുയ്യാപ്ലടെ വീട്ടിൽ ചെന്ന് സ്ഥിരമായി നിക്കണ്ടേ? എത്രയെത്ര സ്ത്രീധനപീഡനങ്ങളും അതിന്റെ പേരിലുള്ള ആത്മഹത്യകളുമാണ് നിങ്ങളുടെ നാട്ടിൽ നടക്കുന്നത്."

സംസാരത്തിന്റെ ആവേശത്താൽ അവളുടെ വെളുത്ത് തുടുത്ത കവിളുകൾ ചുവക്കുന്നുണ്ടായിരുന്നു.

"ഞാൻ പറയണത് നിങ്ങൾക്ക് അത്ര ഇഷ്ടപ്പെടുന്നില്ലെന്ന് തോന്നുന്നു. നിങ്ങൾ ഒന്നും മിണ്ടുന്നില്ലല്ലോ."

വിമാനം കാത്തിരിക്കുന്നതിന്റെ രണ്ട് മണിക്കൂർ ആലസ്യം തോന്നാൻ നസ്രിയയുടെ സംസാരങ്ങൾ അദ്ദേഹത്തെ ഒട്ടും അനുവദിച്ചിരുന്നില്ല.

"നസ്രിയ സംസാരിക്കാൻ അവസരം തന്നാലല്ലേ എന്തെങ്കിലും പറയാൻ എനിക്കും കഴിയൂ." അബു പറഞ്ഞു.

"അത് ശരിയാണ് ട്ടോ, എല്ലാവരും പറയാറുണ്ട്, എന്റെ സംസാരം മൊത്തം കേട്ടിരിക്കുന്നവർക്ക് മാത്രമേ സംസാരിക്കാൻ ഞാൻ അവസരം കൊടുക്കാറുള്ളൂ എന്ന്. എന്തായാലും അബുക്ക പറയൂ."

"തലശ്ശേരിയിലെ അറ സംസ്കാരത്തെക്കുറിച്ച് മുമ്പ് ഞാൻ എവിടെയോ വായിച്ചിട്ടുണ്ട്. എന്റെ റൂമിൽ ഉള്ള ഒന്ന് രണ്ടുപേർ ആ ഭാഗത്ത് ഉള്ളവരായതുകൊണ്ട് അവരിൽനിന്നും കുറേ കേട്ടറിവുമുണ്ട്."

"അപ്പോൾ നിങ്ങൾക്ക് തോന്നിയോ, അറ സംവിധാനം തന്നെയാണ് ശരി എന്നും പുയ്യാപ്ലടെ വീട്ടിൽ തന്നെയുള്ള നിൽപ് പെണ്ണുങ്ങൾക്ക് ബുദ്ധിമുട്ടാണെന്നും." അവൾ ഇടയ്ക്കു കയറിയൊന്നു ചോദിച്ചു.

"വിവാഹം കഴിഞ്ഞാൽ ഭാര്യമാർ ഭർതൃവീട്ടിൽ താമസിക്കുന്ന രീതിയാണ് ഞങ്ങൾ തുടർന്ന് പോരുന്നത്. അതൊരു ബുദ്ധിമുട്ടായിട്ട് എനിക്കോ എന്റെ ഭാര്യയ്ക്കോ ഇതുവരെ തോന്നിയിട്ടില്ല." അബു പറഞ്ഞു.

"അത് ശരിയായിരിക്കാം. പക്ഷേ, ഭർത്താവിന്റെ വീട്ടിൽതന്നെ സ്ഥിരമായി നിൽക്കുന്നത് അത്രയ്ക്ക് ശരിയൊന്നുമല്ല. ഇത്ര കാലം ജീവിച്ചു വളർന്ന വീട് വിട്ട് പെട്ടെന്ന് മറ്റൊരു വീട്ടിൽ പോയി സ്ഥിരമായി നിൽക്കാൻ അവർക്ക് എങ്ങനെ കഴിയുന്നത്? എത്ര പ്രയാസമാണത്? പിന്നെ പുയ്യാപ്ലടെ ഉമ്മാടെയും പെങ്ങന്മാരുടെയും കുത്തുവാക്കും ചീത്ത പറച്ചിലും എല്ലാം കേൾക്കണ്ടേ? എങ്ങനെ ആ പെണ്ണുങ്ങൾക്ക് അതെല്ലാം സഹിച്ചു നിൽക്കാൻ കഴിയ്വാ? എന്നെക്കൊണ്ടാവില്ല അതൊന്നും." നസ്രിയ ആവർത്തിച്ചു.

"അറയ്ക്കലെ ബീവിക്ക് വെറും പെണ്മക്കളായിരുന്നു. അവരെല്ലാം വിവാഹം ചെയ്തു പോയാൽ തന്റെ വീട്ടിൽ ആരും ഇല്ലാതെയാവും എന്ന് മനസ്സിലാക്കിയ ബീവി ഒരു പ്രഖ്യാപനം നടത്തി. തന്റെ പെണ്മക്കളെ വിവാഹം ചെയ്യാൻ വരുന്നവർ ആരായിരുന്നാലും അവർ ഈ വീട്ടിൽതന്നെ ഭാര്യമാരോടൊത്ത് സ്ഥിരമായി കഴിയണം. അവർക്ക് ജീവിക്കാൻ വേണ്ട എല്ലാ സൗകര്യങ്ങളും ഇവിടെ ചെയ്തു കൊടുക്കും. അങ്ങനെ വിവാഹം കഴിക്കാൻ തയ്യാറായവർ ആ വീട്ടിൽ സ്ഥിരതാമസമാക്കി. ഇതിനെ മാതൃകയാക്കാൻ നാട്ടുകാരും തയ്യാറായി. ഇതാണ് പിൽക്കാലങ്ങളിൽ പരിസരവാസികളായിട്ടുള്ള തലശ്ശേരി, വടകര ഭാഗങ്ങളിൽ ഉള്ളവർ 'അറ' എന്ന പേരിൽ പിന്തുടർന്ന് പോരുന്നതെന്ന് ഞാൻ എവിടെയോ കേട്ടിട്ടുണ്ട്." അബു പറഞ്ഞു.

"അതിന്റെ ചരിത്രമൊന്നും എനിക്കറിയില്ല പക്ഷേ, ഇതാണ് നല്ലത് എന്ന് എനിക്കുറപ്പുണ്ട്."

അറയുടെയും ആ സംവിധാനത്തിന്റെയും സുഖം ശരിക്കും നസ്രിയ ആസ്വദിച്ചിട്ടുണ്ടെന്ന് അവളുടെ സംസാരം ബോധ്യപ്പെടുത്തുന്നുണ്ട്.

"എനിക്ക് നിങ്ങളുടെ ഈ 'അറ' സംവിധാനത്തെക്കുറിച്ച് കൂടുതലൊന്നും അറിയില്ല. എങ്കിലും സന്തോഷ് ശിവൻ എന്ന എന്റൊരു കൂട്ടുകാരന്റെ അനുഭവം പറയാം."

കേൾക്കാനുള്ള താല്പര്യത്തോടെ നസ്രിയ ഇരുന്നു.

"മോനേ, സ്മിത ഞങ്ങളുടെ മക്കളിൽ ഏറ്റവും താഴെയാണെന്ന് അറിയാമല്ലോ? അവളെ അത്ര വാത്സല്യത്തോടെയാണ് ഞങ്ങൾ വളർത്തിയിരുന്നത്. അവളെ പിരിഞ്ഞു നിൽക്കാൻ ഞങ്ങൾക്ക് വിഷമമുണ്ട്. അതുകൊണ്ട് അവളെ കൂടുതലും ഇവിടെത്തന്നെ നിർത്താൻ വേണ്ടി മോൻ അനുവാദം കൊടുക്കണം. ഇത് മോനോടുള്ള ഒരു അഭ്യർത്ഥനയാണ്."

കല്യാണം കഴിഞ്ഞ് തിരിച്ചു പോരാൻ നേരം യാത്ര പറയാൻ വേണ്ടി ഭാര്യയുമൊത്ത് അവളുടെ വീട്ടിൽ എത്തിയതായിരുന്നു

സന്തോഷ് ശിവൻ. ഭക്ഷണമെല്ലാം കഴിച്ചു യാത്ര പറഞ്ഞു പിരിയാൻ നേരമായിരുന്നു അമ്മായമ്മ (ഭാര്യാമാതാവ്)യുടെ അപ്രതീക്ഷിതമായ അഭ്യർത്ഥന.

നമ്മുടെ തീരുമാനങ്ങളിലും അഭിപ്രായങ്ങളിലും നമുക്ക് വ്യക്തത ഉണ്ടായിരിക്കേ, നിരസിക്കാൻ സാധ്യമല്ലാത്ത വ്യക്തികളിൽ നിന്നും നമ്മുടെ താല്പര്യത്തിന് വിപരീതമായി ആവശ്യങ്ങൾ ഉന്നയിക്കപ്പെടുമ്പോൾ, നമ്മൾ അനുഭവിക്കുന്ന ചില ആശയക്കുഴപ്പങ്ങൾ ഉണ്ട് ജീവിതത്തിൽ. ധർമ്മസങ്കടങ്ങളുടേതാണത്. വിവേകപൂർവ്വം കൈകാര്യം ചെയ്യണ്ടതും.

അമ്മയുടെ വാക്ക് കേട്ടതോടെ, യാത്ര പറഞ്ഞു പിരിയാൻ വേണ്ടി എഴുന്നേറ്റുനിന്ന സന്തോഷ് കസേരയിൽ തന്നെയിരുന്നു.

"വിവാഹം എന്നാൽ ഒരു രൂപമാറ്റമാണ്. പെൺകുട്ടിയിൽ നിന്നും ഭാര്യയിലേക്കും മാതാവിലേക്കും കുടുംബിനിയിലേക്കും ഉള്ള മാറ്റം. ആൺകുട്ടിയിൽനിന്നും ഭർത്താവിലേക്കും പിതാവിലേക്കും ഗൃഹനാഥനിലേക്കുമുള്ള മാറ്റം. പ്രായമാകുമ്പോൾ മക്കളെ നാം വിവാഹം കഴിപ്പിക്കുന്നത് അവർ നമുക്കൊരു ഭാരമായിട്ടല്ല. അതൊരു പ്രകൃതി നിയമമാണ്. അടുത്ത തലമുറയെ വാർത്തെടുക്കാനുള്ള ആദ്യപടിയുമാണ്. വിവാഹത്തെക്കുറിച്ച് ഞാൻ ആലോചിക്കുമ്പോഴെല്ലാം തോന്നിയിട്ടുള്ളത്, വലിയൊരു ഉത്തരവാദിത്തമുള്ള വിഷയമാണ് വിവാഹശേഷമുള്ള ജീവിതം എന്നാണ്.

ഒരു പെൺകുട്ടിയുടെ പൂർണ്ണ ഉത്തരവാദിത്തം ഏറ്റെടുക്കുക, അതിലൂടെ ഒരു പുതിയ കുടുംബം കെട്ടിപ്പടുക്കുക, അതിലുണ്ടാകുന്ന മക്കളുടെ കാര്യങ്ങൾ നോക്കുക, ഇതെല്ലാം ഭാരിച്ചൊരു ജോലിയായിട്ടാണ് ഞാൻ വിലയിരുത്തി പോന്നിരുന്നത്. അതുകൊണ്ടു തന്നെ ഇതിനെല്ലാം ഞാൻ പ്രാപ്തനാണെന്ന് പരിപൂർണ ഉറപ്പു വരുത്തിയതിനുശേഷമാണ് വിവാഹം ചെയ്യാൻ തീരുമാനിച്ചത്. ഇനി വീണ്ടും എന്റെ ഭാര്യ അവളുടെ വീട്ടിൽതന്നെ താമസം തുടർന്നാൽ, എന്നിൽ ഞാൻ ഉണ്ടാക്കിയെടുത്തിട്ടുള്ള ഉത്തരവാദിത്വബോധം നഷ്ടപ്പെട്ടേക്കാം. കാരണം, അവൾ അവളുടെ വീട്ടിൽ തന്നെ സ്ഥിരം നിൽക്കുന്നതുകൊണ്ട്, ഞാൻ ശ്രദ്ധിച്ചില്ലെങ്കിൽതന്നെ അവളുടെ കാര്യങ്ങളിൽ ഒരു കുറവും വരുത്താതെ അവളുടെ വീട്ടുകാർ എല്ലാം ചെയ്തുകൊള്ളും എന്ന എന്റെ തോന്നലായിരിക്കും.

എന്റെ ഭാര്യ വിവാഹശേഷം എന്റെ വീട്ടിൽ സ്ഥിരതാമസമാക്കാൻ വരുമ്പോൾ, മാനസികമായി ഒരുപാട് തയ്യാറെടുപ്പുകൾ അവൾ നടത്തും. താൻ ജനിച്ചു വളർന്ന ചുറ്റുപാടിൽനിന്നും തീർത്തും വ്യത്യസ്തമായ ഒരിടത്തേക്കാണ് പോകുന്നതെന്നും വ്യത്യസ്തരായ ജനങ്ങളാണ് അവിടെ ഉള്ളതെന്നും അവർ തന്നെ

വിലയിരുത്തിക്കൊണ്ടിരിക്കുമെന്നും. അതുകൊണ്ടുതന്നെ, തന്റെ ഓരോ ചലനങ്ങളിലും സൂക്ഷ്മത പുലർത്തേണ്ടതുണ്ട് എന്നും സ്വയം മനസ്സിലാക്കും. ഇത് ഒരു പെൺകുട്ടി എന്നതിൽനിന്നും വളരെ പെട്ടെന്നുതന്നെ ഒരു പരിപൂർണ്ണ ഭാര്യയും കുടുംബിനിയുമാകാൻ അവളെ സഹായിച്ചേക്കാം.

ഞാൻ ആഗ്രഹിക്കുന്നത് എന്റെ മക്കൾ എന്നിലൂടെയും എന്റെ വിലാസത്തിലൂടെയും അറിയപ്പെടാനാണ്. ഈ ആഗ്രഹത്തിന് തീർത്തും വിരുദ്ധമായിരിക്കും ഭാര്യവീട്ടിൽ ജനിച്ചു വളരുന്ന എന്റെ മക്കളുടെ കാര്യം. എന്റെ ഭാര്യയും അവളുടെ വീട്ടുകാരുമാണ് ഈ നാട്ടിൽ അറിയപ്പെടുന്നത്. എന്റെ മക്കൾ ഈ വീട്ടിൽ വളരുമ്പോൾ സ്വാഭാവികമായും അവർ അറിയപ്പെടുക ഈ വീട്ടുകാരിലൂടെയാണ്. ഇത് ഞാനെന്ന വ്യക്തിയുടെ പ്രസക്തിയെ തന്നെ ചോദ്യം ചെയ്യപ്പെടുമെന്ന് ഞാൻ കരുതുന്നു." സന്തോഷ് പറഞ്ഞു.

"സത്യത്തിൽ ഇതൊരു ആണഹങ്കാരമല്ലേ? പ്രവാസവും അതിന്റെ പ്രയാസവും എന്താണെന്ന് അനുഭവിച്ചറിഞ്ഞവർ തന്നെ തങ്ങളുടെ ഭാര്യമാരെ മറ്റൊരു പ്രവാസിയാക്കി മാറ്റുകയല്ലേ ചെയ്യുന്നത്? ഇതെങ്ങനെ അനുവദിക്കാൻ കഴിയും."

സംസാരിക്കാനും സംവദിക്കാനും കിട്ടിയൊരു അവസരം നസ്രിയ പൂർണ്ണമായും ഉപയോഗപ്പെടുത്തുന്നുണ്ട്. അവളുടെ കവിളുകൾ വീണ്ടും ചുവന്ന് തുടിക്കുന്നുണ്ട്.

"നിങ്ങൾ നിങ്ങളുടെ മകളെ ശരിക്കും സ്നേഹിക്കുന്നുണ്ടോ? അവൾ വലുതായി മംഗലം കഴിക്കുമ്പോഴും ഇതേ അഭിപ്രായമായിരിക്കുമോ നിങ്ങൾക്ക്?"

അബുവിന്റെ മുഖത്തേക്ക് തന്നെ ഇമ വെട്ടാതെ അവൾ നോക്കിയിരുന്നു. ആ നോട്ടത്തിലും ചോദ്യത്തിലും ഒരു പെണ്ണായുസ്സിന്റെ മുഴുവൻ അമർഷവും ഉണ്ടായിരുന്നു.

ഞാനെന്റെ മകളെ സ്നേഹിക്കുന്നുണ്ട്. എന്റെ മകൾ എനിക്ക് ഏറ്റവും പ്രിയപ്പെട്ടവളാണ്. എത്രമാത്രമെന്ന് ചോദിച്ചാൽ, മത നിയമങ്ങൾ അനുവദിക്കുമായിരുന്നെങ്കിൽ എന്റെ മരണാനന്തരച്ചടങ്ങുകൾക്ക് മുഴുവൻ നേത്രത്വം കൊടുക്കേണ്ടത് അവളാണെന്ന് ഞാൻ ആഗ്രഹിക്കുമായിരുന്നു. എന്റെ ഖബർവരെ എന്റെ ജനാസയെ അനുഗമിക്കേണ്ടവളും എന്നെ അവസാനമായി മണ്ണിലേക്ക് ഇറക്കുമ്പോൾ അതിന് സാക്ഷിയാവേണ്ടവളും എന്റെ മേലേക്ക് മൂന്ന് പിടി മണ്ണെറിഞ്ഞ്, മണ്ണിൽ നിന്നുമുള്ള മനുഷ്യന്റെ തുടക്കത്തേയും ഒടുക്കത്തെയും ആദ്യം ഓർമ്മിപ്പിക്കേണ്ടതും, ഒഴിവുള്ളപ്പോൾ എല്ലാം എന്റെ ഖബറിന് അടുത്ത് വന്ന് എന്റെ പാപമോചനത്തിന് വേണ്ടി

പ്രാർത്ഥിക്കേണ്ടതും അവൾ ആവണമെന്ന് ഞാൻ അഗ്രഹിക്കുമായിരുന്നു.

ഒരു ഗ്രാമീണ പശ്ചാത്തലത്തിലെ പരമ്പരാഗത ചുറ്റുപാടിൽ ജീവിച്ചപ്പോൾ കണ്ടുവളർന്നതും ശീലിച്ചതും ഭർതൃവീട്ടിൽ താമസിക്കുന്ന ശൈലിയായിരുന്നു. അതിൽ അപാകതയൊന്നും ഇല്ല എന്ന് തോന്നിയതുകൊണ്ട് അത് അംഗീകരിക്കാനും സ്വീകരിക്കാനും സ്ത്രീ-പുരുഷ വകഭേദമില്ലാതെ ഞങ്ങളും തയ്യാറായി.

എന്റെ മകൾ വലുതായി വിവാഹിതയാവുമ്പോഴും ഇതുതന്നെയായിരിക്കും എന്റെയും അഭിപ്രായം. എന്നിരുന്നാലും വിവാഹം കഴിഞ്ഞ് അവൾ പോകുമ്പോൾ അവൾക്ക് ഞാൻ ഒരു ഉറപ്പ് കൂടി നൽകും.

നീ വളർന്ന ഈ വീട്ടിലും വീടിന്റെ ചുറ്റുപാടും നീ ഉണ്ടാക്കി എടുത്തിട്ടുള്ള ഒരു ലോകമുണ്ട്. നിന്റേതു മാത്രമായ ഒരു ലോകം. ഞാൻ മരിക്കുന്ന കാലംവരെയെങ്കിലും അതിവിടെ നശിക്കാതെ തന്നെ നിലനിർത്തും. ഈ വീടിനേക്കാൾ സുഖവും സന്തോഷവും നിനക്ക് നീ കയറിച്ചെല്ലുന്ന വീട്ടിൽ ഉണ്ടാവും എന്ന് തന്നെയാണ് എന്റെ പ്രതീക്ഷയും പ്രാർത്ഥനയും. എന്നാൽ ആ വീടും ആ വീട്ടുകാരും ഒരിക്കലും നിനക്ക് ഉൾക്കൊള്ളാൻ കഴിയാത്തവരും യോജിച്ച് മുന്നോട്ട് പോകുവാൻ പറ്റാത്ത സ്ഥിതിയുമാണ് എന്ന് നിനക്ക് തോന്നിക്കഴിഞ്ഞാൽ ഇങ്ങോട്ടുതന്നെ തിരിച്ചു വന്നേക്കണം. നിന്റെ ജനനം മുതൽ നിന്റെ സന്തോഷവും പുഞ്ചിരിയും മാത്രം ആഗ്രഹിക്കുന്നവർ, അത് ഒരിക്കലും നഷ്ടപ്പെടുത്താതിരിക്കാൻ ഇവിടെയുണ്ടാവും." അബു പറഞ്ഞു.

"ഇനി നിങ്ങളൊന്നും മനസ്സിലാക്കാത്ത ഒരു ദാമ്പത്യരഹസ്യം കൂടി ഞാൻ പറയട്ടെ?" അബുവിന്റെ മുഖത്തേക്ക് നോക്കി നസ്രിയ ചോദിച്ചു.

പതിനാറ് കൊല്ലം ദാമ്പത്യ ജീവിതം നയിച്ചിട്ടും താൻ മനസ്സിലാക്കാത്ത എന്ത് രഹസ്യമായിരിക്കും ഇവൾ പറയാൻ പോകുന്നത്? തെല്ലും ആകാംക്ഷയോടെ തന്നെ അബു അവളെ നോക്കി.

"ഭാര്യാഭർത്താക്കന്മാർക്കിടയിൽ ഏറ്റവും കൂടുതൽ സ്നേഹവും അടുപ്പവുമുള്ളത് ഞങ്ങൾക്കാണ്. ഞങ്ങൾക്കെന്ന് പറഞ്ഞാൽ അറയിൽ കൂടുന്നവർക്ക്. സ്നേഹം കൊടുത്ത് വാങ്ങേണ്ടതായതുകൊണ്ട് ഭർത്താക്കന്മാർക്ക് ഏറ്റവും കൂടുതൽ സ്നേഹം നൽകുന്നവരും അവരിൽ നിന്ന് അത് ഏറ്റവും കൂടുതൽ കൈപ്പറ്റുന്നവരും ഞങ്ങളാണ്."

അത് പറയുമ്പോൾ അല്പം അഹങ്കാരഭാവമുണ്ടായിരുന്നു നസ്രിയയുടെ മുഖത്ത്.

"എല്ലാ ഭാര്യാഭർത്താക്കന്മാരുടേയും അവകാശവാദമല്ലേ അത്? പലപ്പോഴും എന്റെ ഭാര്യയും പറയാറുണ്ടല്ലോ, താനാണ് ഈ ലോകത്ത് വെച്ച് ഭർത്താവിനെ ഏറ്റവും കൂടുതൽ സ്നേഹിക്കുന്ന ഭാര്യയെന്ന്. ഇതിലെന്ത് അത്ഭുതമാണുള്ളത്?" അബു ചോദിച്ചു.

"ഇത് എല്ലാവരുടെയുംപോലെയുള്ള അവകാശവാദമല്ല. ഇതിൽ ചില യാഥാർത്ഥ്യങ്ങളുണ്ട്." നസ്രിയ തുടർന്നു.

"എന്റെ പുയ്യാപ്ല എന്നും എന്റെ വീട്ടിലെ ഒരു അതിഥിയാണ്. വീട്ടിലെ അതിഥിയെ സൽക്കരിക്കേണ്ടതും തൃപ്തിപ്പെടുത്തേണ്ടതും എന്റെ ബാധ്യതയാണ്. എന്റെ പുയ്യാപ്ല എന്റെ വീട്ടിൽ ഉള്ള സമയത്ത് മറ്റൊരു ജോലിയും എടുക്കാൻ എന്നെ അനുവദിക്കാതെ പുയ്യാപ്ലടെ കൂടെത്തന്നെ സമയം ചിലവഴിക്കാൻ എന്റെ വീട്ടിലെ മുതിർന്നവർ എപ്പോഴും എന്നെ ഓർമ്മപ്പെടുത്തും. അതുകൊണ്ട് തന്നെ വിവാഹത്തിന്റെ ആദ്യ നാളുകളിൽ പറയേണ്ടതും ചെയ്യേണ്ടതുമായ ഒരു കാര്യവും സമയക്കുറവുമൂലം ഞങ്ങൾക്ക് നഷ്ടപ്പെടാറില്ല. എന്റേതായ സമയം കൂടുതൽ എനിക്ക് കിട്ടുന്നതുകൊണ്ട് അദ്ദേഹത്തെ കൂടുതൽ പരിഗണിക്കാനും അദ്ദേഹത്തിന്റെ കാര്യങ്ങളിൽ കൂടുതൽ ശ്രദ്ധിക്കാനും ഞാൻ തയ്യാറാവും. പരിഗണനയും സ്നേഹവും ആഗ്രഹിക്കാത്ത ഏത് മനുഷ്യരാ ഉള്ളത്? പുയ്യാപ്ലയ്ക്ക് അളവില്ലാതെ എന്നിൽനിന്നും ലഭിക്കുന്ന എന്റെ സ്നേഹത്തിന്റെ വലിയൊരു ശതമാനം എനിക്ക് തിരിച്ച് തരുവാനും അദ്ദേഹം സദാ ശ്രമിക്കും. അങ്ങനെ സ്നേഹം കൊടുക്കൽ വാങ്ങലിൽ ഞങ്ങൾ മുന്നിലെത്തും.

ഇനി നിങ്ങളുടെ നാട്ടിലെയും വീട്ടിലെയും കാര്യങ്ങളൊന്ന് വിലയിരുത്തി നോക്കൂ.

നിങ്ങളുടെ ഭാര്യയ്ക്ക് നിങ്ങളുടെ കാര്യങ്ങളിൽ കൂടുതൽ ശ്രദ്ധിക്കണമെന്നും ഇടപെടണമെന്നും ആഗ്രഹം ഉണ്ടായാൽപോലും അതിനു സാധ്യതയും സാഹചര്യവും നിങ്ങളുടെ വീട്ടിൽ കുറവായിരിക്കും. കാരണം വീട്ടിലെ അടക്കള മുതൽ എല്ലാ കാര്യങ്ങളിലും എല്ലാവരുടെ കാര്യങ്ങളിലും അവൾക്ക് ശ്രദ്ധിക്കണം. നിങ്ങളുടെ കാര്യങ്ങളിൽ മാത്രം പോരാ. അപ്പോൾ നിങ്ങൾക്ക് വേണ്ടി മാറ്റിവെക്കേണ്ട അവളുടെ ക്വാളിറ്റി ഓഫ് ടൈമിൽ കുറവ് വരും. അങ്ങനെ വരുമ്പോൾ അവൾക്ക് നിങ്ങൾ തിരിച്ച് നൽകേണ്ടതിലും കുറവ് വരും. അങ്ങനെ ഞങ്ങളുമായി താരതമ്യം ചെയ്യുമ്പോൾ നിങ്ങൾ ഞങ്ങളേക്കാൾ വളരെ പിറകിലാവും. പ്രവാസി ഭർത്താക്കന്മാർ ആണെങ്കിൽ പ്രത്യേകിച്ചും. ഇതൊരു യാഥാർത്ഥ്യമല്ലേ?" നസ്രിയ ചോദിച്ചു.

"നിഷേധിക്കാൻ പറ്റാത്ത ഒരു യാഥാർത്ഥ്യമാണത്." അബു തല കുലുക്കി സമ്മതിച്ചു.

"തീർന്നില്ല." നസ്രിയ തുടർന്നു. "അറ സംവിധാനത്തിനെതിരെ സംസാരിക്കുന്നവർ എല്ലാം ഒരു പുച്ഛഭാവത്തോടെ പറയുന്നത് കേൾക്കാം, "എന്നാലും ഭാര്യവീട്ടിൽ സ്ഥിരമായി നിൽക്കുന്ന ഭർത്താക്കന്മാർക്ക് അവിടെ പ്രത്യേകിച്ച് വിലയും നിലയുമൊന്നും ഉണ്ടാവില്ല" എന്ന്. എന്നാൽ യാഥാർത്ഥ്യം നേരെ മറിച്ചാണ്. വീട്ടിൽ എന്ത് കാര്യങ്ങൾ നടക്കുന്നുണ്ടെങ്കിലും ആദ്യം അനുവാദവും അഭിപ്രായവും തേടുന്നത് പുയ്യാപ്ലമാരോടാണ്. അവരുടെ അഭിപ്രായങ്ങൾക്കേ പ്രാധാന്യം ലഭിക്കൂ. അവരുടെ അഭിപ്രായത്തിന് അനുസരിച്ചേ തീരുമാനങ്ങൾ എടുക്കൂ."

അവസരം ലഭിക്കാത്തതിന്റെ പേരിൽ അനുഭവിക്കാൻ കഴിയാതെ പോയ എത്രയോ നിഗൂഢതകളുടെ ഉറവിടമായിരിക്കും ഓരോ ജീവിതവും.

ആലിംഗനം

"**നി**ങ്ങൾ കണ്ടില്ലേ, യാത്ര പറഞ്ഞ് പിരിയും നേരം ഉപ്പ എന്നെ കെട്ടിപ്പിടിച്ച് കരയുന്നത്? ഉപ്പ അങ്ങനെയാണ്. ദുബായിൽ ജോലി ചെയ്യുന്ന കാലത്തും നാട്ടിൽ വന്ന് തിരിച്ചു പോവാൻ സമയത്ത് ഞങ്ങളെ എല്ലാവരെയും കെട്ടിപ്പിടിച്ച് കരയും. ഉപ്പ പോയി കുറച്ചു ദിവസം കഴിഞ്ഞാലേ മനസ്സിൽനിന്നും ആ രംഗം പതിയെ മായുള്ളോ. അന്നത്തെ അതേ അവസ്ഥയിലാണ് ഞാനിപ്പോൾ."

അത്രയ്ക്ക് പറയുമ്പോഴേക്കും നസ്രിയയുടെ കണ്ണുകൾ ഈറ നണിഞ്ഞു.

"എന്തെങ്കിലുമൊക്കെ എന്നോട് നിങ്ങൾ സംസാരിച്ചുകൊണ്ടി രിക്കണേ. ഇല്ലെങ്കിൽ എനിക്ക് സങ്കടം താങ്ങാൻ കഴിയില്ല." ഇട റിയ ശബ്ദത്തിൽ അവൾ തുടർന്ന് പറഞ്ഞു.

"ഒരുപക്ഷേ ആലിംഗനം ചെയ്യാൻ ഞാൻ പഠിച്ചത് പ്രവാസ ജീവിതം തുടങ്ങിയതിന് ശേഷമായിരിക്കും. നാട്ടിൽ നിന്നും യാത്ര പറഞ്ഞ് പിരിയുമ്പോഴും നാട്ടിലേക്ക് തിരിച്ചു ചെന്നാലും ഏറ്റവും അടുപ്പമുള്ളവരെ കണ്ടാൽ ഒന്ന് കെട്ടിപ്പിടിക്കണം.

രണ്ട് ഹൃദയങ്ങൾ തമ്മിലുള്ള കൈമാറ്റത്തിന്റെ ഏറ്റവും പ്രകട മായ രൂപമായിരിക്കാം ആലിംഗനങ്ങൾ. കത്തിയാളുന്നൊരു മന സ്സിനെ തണുപ്പിക്കാൻ മറ്റൊരാൾക്ക് ഏറ്റവും എളുപ്പത്തിൽ ചെയ്യാൻ പറ്റിയ പ്രവർത്തിയും അദ്ദേഹത്തെ ഹൃദയത്തോട് ചേർത്ത് പിടി ക്കലാണ്. സന്തോഷങ്ങൾ, സങ്കടങ്ങൾ, അനുമോദനങ്ങൾ എല്ലാം എളുപ്പത്തിൽ കൈമാറാനും ആലിംഗനമായിരിക്കും ഏറ്റവും പ്രായോ ഗിക മാർഗ്ഗം."

പ്രവാസജീവിതത്തിലെ മൂന്ന് ആലിംഗന കഥകൾ പറയാം.

* * *

അദ്നാൻ മസ്കറ്റിൽ ജോലി ചെയ്ത് കൊണ്ടിരുന്ന കാലം. ഒരു മീറ്റിങ്ങ് കഴിഞ്ഞ് മാനേജരോടുകൂടി തിരിച്ചു വരുന്നത് പുതിയൊരു

മിസ്തുബിഷി വൺ ടൺ ഡബിൾ കാബിൻ പിക്കപ്പിൽ ആയിരുന്നു. ഓടിച്ചിരുന്നത് അദ്നാൻ ആയിരുന്നു. ഒരു സിഗ്നൽ ക്രോസ്സ് ചെയ്ത് അമ്പതോ അറുപതോ സ്പീഡിൽ വണ്ടി ഓടുന്നതിന് ഇടയിൽ തൊട്ട് മുമ്പിലുള്ള ലാൻഡ് ക്രൂയ്സർ പെട്ടെന്ന് ബ്രേക്ക് ചവിട്ടി യൂ ടേൺ ചെയ്തു. അദ്നാന്റെ വണ്ടി ആ വണ്ടിയുടെ പിറകിൽ ചെന്നിടിച്ചു. ഇറങ്ങി നോക്കിയപ്പോൾ തങ്ങളുടെ വണ്ടിയുടെ ബോണറ്റും ബമ്പറും ബെന്റായി, റേഡിയേറ്റർ പൊട്ടി വെള്ളം ലീക്കാകുവാനും പുക പുറത്തേക്ക് വരുവാനും തുടങ്ങിയിരിക്കുന്നു.

വർഷങ്ങളോളമായി താൻ ഈ റോഡുകളിൽ വാഹനം ഡ്രൈവ് ചെയ്യാൻ തുടങ്ങിയിട്ട്. ഇന്നുവരെ ഒരു അപകടവും സംഭവിച്ചിട്ടില്ലായിരുന്നു. ജോലി ചെയ്യുന്ന സ്ഥാപന മേധാവികളും അത് ഇടയ്ക്കിടെ പറയാറുള്ളതുമാണ്. അതുകൊണ്ടുതന്നെ കമ്പനി പുതിയൊരു വാഹനം എടുത്താൽ അത് ആദ്യം ഡ്രൈവ് ചെയ്യാനും ഉപയോഗിക്കാനും നൽകിയിരുന്നത് അദ്നാനായിരുന്നു. മറ്റു സ്റ്റാഫുകൾക്കെല്ലാം അതിൽ അതൃപ്തിയും ഉണ്ടായിരുന്നു.

ഇപ്പോഴിതാ, മുഴുവൻ സർവീസ് ഹിസ്റ്ററിയും തെറ്റിച്ചുകൊണ്ട് തന്നിൽ നിന്നും ആദ്യമായി ഒരപകടം സംഭവിച്ചിരിക്കുന്നു. അദ്നാൻ വിയർക്കുവാനും വിറയ്ക്കുവാനും തുടങ്ങി. യാത്ര പാതിവഴിയിൽ മുടങ്ങുകയാണ്.

ഡോർ തുറന്ന് പുറത്തിറങ്ങിയ മാനേജർ വണ്ടിയുടെ ചുറ്റും നടന്ന് നോക്കി. അതുവരെ ചിരിയും കളിയും സംസാരവുമായി തൊട്ടടുത്തിരുന്ന് യാത്ര ചെയ്തിരുന്ന അദ്ദേഹത്തിന്റെ മുഖം പെട്ടെന്ന് ചുവന്നു, ദേഷ്യപ്പെട്ട് സംസാരിക്കാൻ തുടങ്ങി.

“പുതിയ വണ്ടിയാണ്. നിനക്ക് തന്നെ വണ്ടി കൊടുത്താൽ മതിയെന്ന് ഞാനാണ് കമ്പനിയിൽ റെക്കമെന്റ് ചെയ്തത്. ഓഫീസിൽ പോയി ഇനി ഞാനെന്ത് സമാധാനം പറയും? നിന്റെ തെറ്റാണ്. നീ ശ്രദ്ധിക്കാതെ സംഭവിച്ചതാണ്. വണ്ടി ഓടിക്കുമ്പോൾ തൊട്ട് മുന്നിലും പിന്നിലുമുള്ള വണ്ടികളെക്കുറിച്ചും വണ്ടി ഡ്രൈവ് ചെയ്യുന്ന ആൾക്ക് ഒരു ഐഡിയ വേണം. അതില്ലെങ്കിൽ ഇങ്ങനൊക്കെ അപകടങ്ങൾ സംഭവിക്കും. വണ്ടിക്ക് ഒരുപാട് കേടുപാടുകളുണ്ട്. അത് മൊത്തം നീ ചെയ്തു കൊടുക്കേണ്ടി വരും. നിന്റെ ഒരു വർഷത്തെ ശമ്പളം മൊത്തം കട്ട് ചെയ്യേണ്ടി വരും.”

മാനേജർ പറഞ്ഞുകൊണ്ടേയിരുന്നു.

ഒരു അപകടം സംഭവിച്ചാൽ ആദ്യം ചെയ്യേണ്ടത് അത് സംഭവിച്ച വ്യക്തിയെ കുറ്റപ്പെടുത്തുകയല്ല, ആശ്വസിപ്പിക്കുകയാണ്. കഴിയുമെങ്കിൽ ഒന്ന് കെട്ടിപ്പിടിച്ച് പ്രക്ഷുബ്ധമായ ആ മനസ്സിനെ

സാന്ത്വനിപ്പിക്കുകയും സമാധാനിപ്പിക്കുകയുമാണ് വേണ്ടത് എന്നും പഠിപ്പിച്ചത് ആ മാനേജരും അദ്ദേഹത്തിന്റെ അന്നത്തെ സംസാരവുമായിരുന്നു. ആഗ്രഹിച്ചിട്ടും ലഭിക്കാതെ പോയ ആലിംഗനമായിരുന്നു അത്.

* * *

ഉപ്പ ഒരു വ്യക്തി മാത്രമായിരുന്നില്ല ഒരു പാഠപുസ്തകവും ഒരു ആവേശവുമായിരുന്നു അവന്. അവനെത്ര അനുകരിക്കാൻ ശ്രമിച്ചിട്ടും കഴിയാതെ പോയ ഒരുപാട് സ്വഭാവഗുണങ്ങളുടെ ഉടമയായിരുന്നു ഉപ്പ. ഒരിക്കൽപോലും ഉപ്പ നുണ പറഞ്ഞതായി അവന്റെ ഓർമ്മയിൽ ഇല്ല. ആരെയെങ്കിലും സഹായിക്കാൻ പറ്റിയ ഒരു സാഹചര്യവും ഉപ്പ പാഴാക്കിയിട്ടില്ല. രോഗികളെ വിദഗ്ധ ഡോക്ടേഴ്സിന്റെ അടുത്ത് കൊണ്ടുപോകുന്ന കാര്യത്തിലും വിദഗ്ധ ചികിത്സ ലഭ്യമാക്കുന്ന കാര്യത്തിലും ഉപ്പ പ്രത്യേകം താല്പര്യം കാണിച്ചിരുന്നു.

അവൻ നാട്ടിലെത്തുന്നു എന്ന് കേട്ടാൽ ഉപ്പാക്ക് അതൊരു ആവേശമാണ്. അവന് ഏറ്റവും ഇഷ്ടമുള്ള പുഴമീൻ അതിരാവിലെ പുഴക്കടവിൽ പോയി വാങ്ങി വന്ന്, കറി വെക്കാനും പൊരിക്കാനും പരുവത്തിൽ ഉപ്പ തന്നെ മറിച്ച് കൊടുക്കും. ചക്കയും മാങ്ങയും പഴങ്ങളും ചേമ്പും കിഴങ്ങും കൂർക്കയും കപ്പയും ഓരോ ദിവസവും മാറിമാറി അത് കിട്ടുന്നിടത്ത് പോയി വാങ്ങിക്കൊണ്ട് വരും. ലീവ് കഴിഞ്ഞ് തിരിച്ച് പോരുന്ന ദിവസംവരെ അതൊക്കെ വീട്ടിലെ സ്പെഷ്യൽ വിഭവങ്ങൾ ആയിരിക്കും.

വളരെ ചെറുപ്പത്തിൽ വീട്ടിലെ ഭക്ഷണം രുചിയില്ലാതെയോ ഇഷ്ടപ്പെടാതെയോ കഴിക്കാതിരിക്കുന്നു എന്ന് ഉപ്പാക്ക് തോന്നിയാൽ എന്തെങ്കിലും പൈസ കൊടുത്തിട്ട് ഉപ്പ പറയും കടവിലുള്ള ചായപ്പീടികയിൽ പോയി ഇറച്ചിയും പൊറോട്ടയും കഴിച്ചോളൂ എന്ന്.

ദേഷ്യം പിടിക്കുമ്പോൾ ഇടയ്ക്കൊക്കെ ഉപ്പ അടിക്കാറുണ്ടെങ്കിലും ദേഷ്യം മാറിയാൽ അടുത്തേക്ക് വിളിച്ചിരുത്തി തലോടി സമാധാനിപ്പിക്കും. അടിച്ചതിനേക്കാൾ സങ്കടമാണ് ആ തലോടലിനും ആ ചേർത്തുപിടിക്കലിനും.

കുടുംബത്തോടൊത്ത് ഗൾഫിൽ താമസിക്കുന്ന കാലത്ത് വീട്ടിലെ ഒഴിവുസമയത്തെല്ലാം മക്കൾക്കും ഭാര്യയ്ക്കും ആവേശത്തോടെ അവൻ പറഞ്ഞ് കൊടുക്കുന്ന കഥകളിലെ രാജാവും രാജ്ഞിയുമായിരുന്നു ഉപ്പയും ഉമ്മയും.

രാത്രി ഭക്ഷണം കഴിച്ച് പതിവുപോലെ ഭാര്യയും മക്കളുമൊത്ത് അന്നും വിശേഷങ്ങൾ പറഞ്ഞിരുന്നു. ആ സമയത്താണ് സ്ഥിരമായി

നാട്ടിലേക്ക് വിളിക്കാറുള്ളതും ഉപ്പയും ഉമ്മയുമായി സംസാരിക്കുന്നതും. അവനേക്കാൾ കൂടുതൽ സമയം മക്കളോടാണ് അവർക്ക് സംസാരിക്കേണ്ടത്.

അന്നൊരു ഞായറാഴ്ചയായിരുന്നു. ഞായറാഴ്ച ദിവസങ്ങളിൽ രാത്രി വിളിച്ചാൽ ഉപ്പാനെ കിട്ടാറില്ല. അന്ന് പള്ളിയിൽ പ്രത്യേക ദിക്കറും പ്രാർത്ഥനകളുമുള്ള ദിവസമായതുകൊണ്ട് ഉപ്പ വളരെ വൈകിയേ വീട്ടിൽ എത്താറുള്ളൂ. അപ്പോഴേക്കും മക്കളെല്ലാവരും ഉറങ്ങിയിട്ടുണ്ടാവും. എന്തെങ്കിലും അത്യാവശ്യകാര്യങ്ങൾ ഉണ്ടെങ്കിൽ മാത്രമേ അന്നത്തെ ദിവസം ഉപ്പാക്ക് വിളിക്കാറുള്ളൂ. ഒന്നോ രണ്ടോ വാക്കുകളിൽ സംസാരം അവസാനിപ്പിച്ച് ഉപ്പ തന്നെ ഫോൺ കട്ട് ചെയ്യുകയും ചെയ്യും.

ഉപ്പാടെ അടുത്ത ആഗ്രഹം ദുബായ് കാണുകയാണ്. അതിന് വേണ്ടി ഉപ്പാടെയും ഉമ്മാടേയും പാസ്പോർട്ട് റിന്യൂ ചെയ്ത് അയച്ചത് തൊട്ട് മുമ്പത്തെ ദിവസമാണ് അവന്റെ കൈയിൽ കിട്ടിയത്.

ഉപ്പാനെയും ഉമ്മാനെയും ദുബായിക്ക് കൊണ്ടുവരുന്നതിനെക്കുറിച്ച് ഭാര്യയുമായി അവൻ ചർച്ച ചെയ്യുന്നതിനിടയിലാണ് ഫോൺ ശബ്ദിക്കാൻ തുടങ്ങിയത്. മസ്കറ്റിൽനിന്നും ജ്യേഷ്ഠനായിരുന്നു വിളിച്ചത്. ഫോൺ എടുത്തത് അവന്റെ ഭാര്യയായിരുന്നു. വിറങ്ങലിച്ച് നിൽക്കുന്ന അവളുടെ മുഖത്തേക്ക് അവനൊന്ന് നോക്കി. കാര്യം എന്തെന്ന് അവൾക്ക് പറയാൻ കഴിയുന്നില്ല.

“പെട്ടെന്നൊന്ന് നാട്ടിലേക്ക് വിളിക്കൂ.” ഒറ്റവാക്കിൽ അവൾ പറഞ്ഞു നിർത്തി.

ഉപ്പാടെ നമ്പറിൽ വിളിച്ചുനോക്കി, ഫോൺ എടുക്കുന്നില്ല. സുഹൃത്തും അയൽവാസിയുമായ നസ്റുവിനെ വിളിച്ചു. നസറു ഫോണെടുത്തപ്പോൾ കേൾക്കുന്നത് ഉമ്മാടെ കരച്ചിലാണ്. ഉമ്മ അങ്ങനെ ശബ്ദത്തിൽ കരയുന്ന ആളല്ല. അങ്ങോട്ട് ചോദിക്കുന്നതിനേക്കാൾ മുമ്പേ രണ്ട് വാക്കിൽ നസറു പറഞ്ഞു നിർത്തി.

“ഉപ്പ പോയി, അഞ്ച് മിനിറ്റേ ആയിട്ടുള്ളൂ.”

പെരുവിരലിൽ നിന്നും ഒരു തരിപ്പ് അരിച്ച് കയറാൻ തുടങ്ങി. അത് വളരെ പെട്ടെന്ന് ശരീരത്തെ കീഴടക്കി. നിശ്ചലനായി സോഫയിൽ ഇരുന്നു. വീടിനകം മുഴുവൻ നിയന്ത്രിക്കാൻ പറ്റാത്ത സങ്കടക്കടൽ ആയി. വളരെ പെട്ടെന്ന് അതൊരു കൂട്ടക്കരച്ചിലിലേക്ക് വഴിമാറി.

വിവരം അറിഞ്ഞ് ആദ്യം ഓടിയെത്തിയത് അയൽവാസിയും കൂട്ടുകാരനുമായ ജിഷാദ് ആയിരുന്നു. അവൻ ജിഷാദിനേയും

ജിഷാദ് അവനെയും വാരിപ്പുണർന്നു. നീറിപ്പുകഞ്ഞുകൊണ്ടിരുന്ന അവന്റെ മനസ്സ് ശാന്തമാവുവോളം ആ പിടുത്തം നീണ്ടുപോയി. പൊട്ടിത്തകരും പരുവത്തിൽ ഹൃദയം അസ്വസ്ഥമായ സമയത്ത് അവന് ലഭിച്ച ആ ആലിംഗനമായിരുന്നു ജീവിതത്തിലെ ഏറ്റവും ഹൃദ്യമായ ആലിംഗനം.

* * *

കമ്പനിയുടെ എച്ച് ആർ ഡിപ്പാർട്ട്മെന്റിൽ ജോലി ചെയ്യുന്നത് കൊണ്ടുതന്നെ പുതുതായി കമ്പനിയിൽ ജോലിക്ക് പ്രവേശിക്കുന്നവർ ആദ്യം പരിചയപ്പെടുന്നതിൽ ഒരാൾ അദ്നാൻ ആയിരുന്നു. പുതുതായി ആ നാട്ടിൽ എത്തുന്നവരായതുകൊണ്ടും ആ നാട്ടിലെ നിയമങ്ങളെക്കുറിച്ച് കൂടുതൽ അറിവ് ഇല്ലാത്തവരായതുകൊണ്ടും ലേബർ കോൺട്രാക്ട്, വിസ, ഐഡി പോലോത്ത മുഴുവൻ രേഖകളും ശരിയാക്കുന്ന ജോലി അദ്ദേഹത്തിന്റേതായതുകൊണ്ടുമൊക്കെത്തന്നെ, ഓരോ സ്റ്റാഫും ഇടയ്ക്കിടെ അദ്ദേഹത്തെ വിളിച്ചുകൊണ്ടേയിരിക്കും. ആ വിളികൾ വ്യക്തിപരമായ അടുപ്പങ്ങളിലേക്കും ബന്ധങ്ങളിലേക്കും വളരാറുമുണ്ട്. അങ്ങനെ കുടുംബപരമായ പ്രശ്നങ്ങളും നാട് വിട്ട് വരാനുണ്ടായ കാരണങ്ങളുമെല്ലാം പലപ്പോഴും പല സ്റ്റാഫുകളും അദ്നാനോട് തുറന്ന് പറയാറുമുണ്ട്.

അങ്ങനെ അവൻ പരിചയപ്പെട്ടതിൽ ഒരാൾ ആയിരുന്നു ആരതി. കമ്പനിയുടെ മറ്റൊരു ബ്രാഞ്ച് ഓഫീസിൽ ആയിരുന്നു ആരതിക്ക് ജോലി എങ്കിലും, അവൾ ഇടയ്ക്കിടെ ഓരോ കാര്യങ്ങൾക്കും അവനെ വിളിച്ചുകൊണ്ടേയിരുന്നു. ചെറുപ്പത്തിലേ അമ്മയെ ഉപേക്ഷിച്ച് പോയ അച്ഛൻ, അമ്മയുടെ കുടുംബക്കാരുടെ തണലിൽ വളരേണ്ടി വന്ന ബാല്യം, ആഗ്രഹിച്ചിട്ടും കുടുംബക്കാരിൽ നിന്നും ലഭിക്കാതെ പോയ സ്നേഹം. എല്ലിൽ ഒട്ടിയ നിലയിൽ പ്രേമിച്ചിട്ടും വഞ്ചിച്ച കാമുകൻ. കുടുംബക്കാരുടെ നിർബന്ധത്തിന് വഴങ്ങി ഇഷ്ടമില്ലാത്ത ഒരു വിവാഹനിശ്ചയത്തിന് ഇരുന്ന് കൊടുക്കേണ്ടി വന്നതിന്റെ ദേഷ്യവും സങ്കടവും. അവസരം കിട്ടുമ്പോഴെല്ലാം അവനോട് തുറന്ന് പറയാൻ ആരതിക്ക് അങ്ങനെ അങ്ങനെ പലതുമുണ്ടായിരുന്നു.

'ബിഗ് ബ്രോ എന്നാണ് നിങ്ങളുടെ നമ്പർ എന്റെ ഫോണിൽ സേവ് ചെയ്തിട്ടുള്ളത്' എന്ന് ഒരിക്കൽ സ്ക്രീൻ ഷോട്ടെടുത്ത് അയച്ച് കൊടുത്ത് അവൾ അവനെ ബോധ്യപ്പെടുത്തി. കമ്പനിയിലെ ഒരു സ്റ്റാഫ് എന്നതിനപ്പുറം എപ്പോൾ വേണമെങ്കിലും എന്ത് സഹായത്തിനും തന്നെ വിളിക്കാമെന്ന നിലയിലേക്ക് ആ ബന്ധം വളർന്നു.

“തന്നെ സ്നേഹിക്കുന്നവരുമായി സ്നേഹം നിലനിർത്തി പോരാൻ തനിക്ക് കഴിയാറില്ല എന്നും. നിസ്സാരകാരണങ്ങളുടെ പേരിൽ പോലും പല ബന്ധങ്ങളും താൻ എന്നന്നേക്കുമായി ഉപേക്ഷിച്ചിട്ടുണ്ടെന്നും വാശി തന്റൊരു കൂടപ്പിറപ്പാണെന്നും ആരുടെ മുന്നിലും തോറ്റ് കൊടുക്കാറില്ലെന്നും” ഒരിക്കൽ അവൾ ഒരു ആത്മപരിശോധന എന്ന നിലയിൽ അവനോട് വെളിപ്പെടുത്തി.

പലപ്പോഴും അവൾ ജോലിക്ക് പോയിരുന്നതും തിരിച്ച് വന്നിരുന്നതുമെല്ലാം അവന്റെ കൂടെ വണ്ടിയിലായിരുന്നു.

“തിരക്കില്ലെങ്കിൽ വണ്ടിയൊന്ന് പാർക്കിങ്ങിലേക്ക് കയറ്റി നിർത്തി എന്റെ കൂടെ ആ ലിഫ്റ്റ് വരെ വരാമോ?” വണ്ടിയിൽ നിന്നും ഇറങ്ങാൻ നേരം ഒരിക്കൽ അവൾ അവനോട് ചോദിച്ചു.

“എന്നും നീ ഇവിടെയിറങ്ങി തനിച്ചല്ലേ നടക്കാറ്. പിന്നെന്താ ഇന്നൊരു പ്രത്യേകത?” അവൻ തിരിച്ചു ചോദിച്ചു.

അവന്റെ ചോദ്യം തീരുംമുമ്പേ അവൾ ഡോർ തുറന്ന് പുറത്തേക്കിറങ്ങിയിരുന്നു. ഗ്ലാസ് പാതി താഴ്ത്തിയ ഡോറിലൂടെ അവൾ തല ഉള്ളിലേക്ക് അടുപ്പിച്ചുകൊണ്ട് പറഞ്ഞു.

“അതോ, ചില ദിവസങ്ങളിൽ നിങ്ങളെന്നെ ഇവിടെ ഇറക്കി വണ്ടിയെടുത്ത് പോയി, ഞാൻ ലിഫ്റ്റിനടുത്തേക്ക് നടക്കുന്നത് കണ്ടാൽ ആ സൂപ്പർ മാർക്കറ്റിലെ ഡെലിവറി ബോയ് എന്റെ അടുത്തേക്ക് ഓടി വരും. എന്നെക്കുറിച്ച് അറിയാനുള്ള ആവേശത്തിൽ എന്തൊക്കെയോ ചോദിക്കും. കഴിഞ്ഞ ദിവസം എന്റെ ഫോൺ നമ്പറും ചോദിച്ചു. ആള് കുഴപ്പക്കാരനല്ലെങ്കിലും എനിക്കവനെ കാണുമ്പോൾ എന്തോ ഒരു പേടി തോന്നുന്നു.”

വണ്ടി ബിൽഡിങ്ങിന്റെ പാർക്കിങ്ങിലേക്ക് കയറ്റി നിർത്തി അവൻ അവളോട് കൂടെ നടന്നു.

“ചുവപ്പ് ടീ ഷർട്ട് ധരിച്ച് കടയുടെ പുറത്ത് ആ നിൽക്കുന്നവനാണ് ഡെലിവറി ബോയ്.” അവൾ തലകൊണ്ട് ആംഗ്യം കാണിച്ച് പറഞ്ഞു.

“അതൊരു ചെറിയ ചെക്കനാണല്ലോ.” സൂപ്പർ മാർക്കറ്റിന് മുന്നിൽ അവളെത്തന്നെ നോക്കി നിൽക്കുന്ന ആ ഡെലിവറി ബോയിയെ നോക്കി അവൻ പറഞ്ഞു.

പെട്ടെന്നവൾ അവന്റെ ഇടതുകൈവിരലുകൾക്കിടയിലൂടെ അവളുടെ വലതുകൈവിരലുകൾ കോർത്തുപിടിച്ച് അവനോട് ചേർന്ന് നടന്നു. അമ്പരപ്പ് തോന്നിയെങ്കിലും അസ്വാഭാവികത ഒന്നും മുഖത്ത് കാണിക്കാതെ അവനും അവളോടുകൂടെ ഡെലിവറി

ബോയിയുടെ മുന്നിലൂടെ ലിഫ്റ്റ് വരെ നടന്നു. താൻ ഒറ്റയ്ക്കല്ലെന്ന് സ്വയം വിശ്വസിക്കാനും മറ്റുള്ളവരെ വിശ്വസിപ്പിക്കാനും ഏറെളുപ്പ വഴിയൊന്നോണം ആ ചേർത്തുപിടിക്കലുകൾ അവൾ ഇടയ്ക്കിടെ തുടർന്നു.

“ഒന്ന് നേരിട്ട് കാണണം അത്യാവശ്യമാണ്.”

വാട്സാപ്പിൽ ആയിരുന്നു അന്ന് അവളുടെ ആ മെസ്സേജ് അദ്നാന് വന്നത്.

ജോലിയെല്ലാം കഴിഞ്ഞ് ഫ്രീ ആയതിനുശേഷം ആരതി ആവശ്യപ്പെട്ട സ്ഥലത്തേക്ക് അവൻ ചെന്നു. അവൾ അവിടെ കാത്ത് നില്പുണ്ടായിരുന്നു. വണ്ടി നിർത്തിയ ഉടനെ അവൾ വണ്ടിയുടെ മുൻ സീറ്റിൽ കയറിയിരുന്നു. അത്യാവശ്യമായി ഒരു സൈക്യാട്രിസ്റ്റിനെ തനിക്ക് കാണണമെന്നും ഇപ്പോൾത്തന്നെ കൊണ്ടുപോകണമെന്നും അവൾ പരിഭ്രമത്തോടെ പറയാൻ തുടങ്ങി.

അറിയുന്നൊരു ക്ലീനിക്കിലേക്ക് അവളെ കൂട്ടിക്കൊണ്ടുപോയി. ഉദ്ദേശിച്ച ഡോക്ടർ അവിടെ ഇല്ലെന്നും മുൻകൂട്ടി ബുക്ക് ചെയ്താൽ മാത്രമേ ഡോക്ടറെ കാണാൻ കഴിയുള്ളൂ എന്നും അറിഞ്ഞപ്പോൾ തിരിച്ച് പോന്നു.

വണ്ടിയിൽ കയറിയിരുന്ന് അവൾ വീണ്ടും കരയാൻ തുടങ്ങി. താനൊരു മാനസികരോഗിയായിരുന്നുവെന്നും നാട്ടിലുള്ളപ്പോൾ മാനസികവിഭ്രാന്തിക്ക് മരുന്ന് കഴിച്ചിരുന്നു എന്നും പിന്നീട് അതെല്ലാം സുഖപ്പെട്ടതാണെന്നും ഇപ്പോൾ വീണ്ടും അതിന്റെ ലക്ഷണങ്ങൾ കണ്ട് തുടങ്ങുന്നുണ്ടെന്നും ഇമോഷൻസ് നിയന്ത്രിക്കാൻ കഴിയാത്ത നിലയിലേക്ക് താൻ മാറിക്കൊണ്ടിരിക്കുകയാണെന്നും അവൾ കരഞ്ഞുകൊണ്ട് പറഞ്ഞു.

“ഇന്ന് ജോലിക്കിടയിൽ ചെറിയൊരു സംസാരമുണ്ടായപ്പോൾ ഞാനെന്റെ മൊബൈൽ തല്ലിത്തകർത്തു. ഇതുപോലുള്ള അനിഷ്ടസംഭവങ്ങൾ ഇനിയും എന്നിൽ നിന്നും സംഭവിക്കാം. ഇതൊന്നും പറയാനും കേൾക്കാനും എനിക്കിവിടെ ആരുമില്ല. നല്ലൊരു സൈക്യാട്രിസ്റ്റിനെ കാണാൻ പോലും സാധ്യമല്ല. ഒരു മൂത്ത സഹോദരൻ എന്ന നിലയിലാണ് ഞാൻ നിങ്ങളോട് ഇതൊക്കെ പറയുന്നത്.”

സങ്കടം നിയന്ത്രിക്കാൻ കഴിയാത്ത നിലയിൽ ആരതി പൊട്ടിക്കരഞ്ഞുകൊണ്ട് പറഞ്ഞുകൊണ്ടേയിരുന്നു.

“നിന്നെയൊന്ന് കെട്ടിപ്പിടിച്ച് ഞാൻ ആശ്വസിപ്പിച്ചോട്ടെ.” അവൻ അവളോട് ചോദിച്ചു.

അവൾ പെട്ടെന്നൊന്ന് നിശ്ശബ്ദയായി. നിയന്ത്രിക്കാൻ കഴിയാത്ത നിലയിൽ പ്രകോപിതയാവുന്ന ആരതിയുടെ മുഖമാണ് പിന്നീട് കണ്ടത്. താമസസ്ഥലത്ത് എത്തുംവരെ വണ്ടി റോഡിൽ നിർത്താൻ അവൾ ആവർത്തിച്ച് ആവശ്യപ്പെട്ടുകൊണ്ടിരുന്നു. താമസിക്കുന്ന ബിൽഡിങ്ങിന്റെ അടുത്തായി വണ്ടി നിർത്തുമ്പോഴേക്കും ഡോർ തള്ളിത്തുറന്ന് ഒന്നും മിണ്ടാതെയാണ് അവൾ ഇറങ്ങിപ്പോയത്.

എന്നിൽ ആരും കൂടുതൽ സ്വാതന്ത്ര്യം എടുക്കുന്നത് എനിക്ക് ഇഷ്ടമല്ലെന്നും ഒരുപക്ഷേ നിങ്ങളത് ചെയ്യുമെന്ന എന്റെ തോന്നലായിരുന്നു ആ ഇറങ്ങിപ്പോക്കിന് കാരണമെന്നും പിന്നീടെപ്പോഴോ ഒരു മെസ്സേജിലൂടെ ആരതി അവനോടു വെളിപ്പെടുത്തി.

നൽകാൻ കഴിയാതെ പോയതും തെറ്റിദ്ധരിക്കപ്പെട്ടതുമായ ആലിംഗനം ആയിരുന്നു അത്.

മംഗലം

സംസാരത്തിൽ അല്പംപോലും ഇടവേള വരാതിരിക്കാൻ നസ്രിയ പ്രത്യേകം ശ്രദ്ധിക്കുന്നുണ്ടായിരുന്നു.

"പുയ്യാപ്ലയുമായി കൂടുതൽ അടുത്ത് ഇടപഴകിയിട്ടില്ലാത്തതു കൊണ്ടുതന്നെ, അവിടെ ചെന്നാലുള്ള കാര്യങ്ങൾ ഓർത്തും എനിക്ക് ടെൻഷൻ ഉണ്ട്. ഒരു ഫ്ളാറ്റിൽ ഞങ്ങൾ മാത്രമല്ലേ ഉണ്ടാവൂ. നാട്ടിലാണെങ്കിൽ വീട്ടുകാരെല്ലാം ഉള്ളതുകൊണ്ട് എന്തെങ്കിലു മൊക്കെ പ്രയാസങ്ങൾ തോന്നുമ്പോൾ അവരോട് പങ്കുവെക്കുകയും അഭിപ്രായം തേടുകയും ചെയ്യാമല്ലോ. ആരെങ്കിലും വഴക്കു പറയു കയോ ദേഷ്യപ്പെടുകയോ ചെയ്താൽ പെട്ടെന്ന് സങ്കടം വരുന്ന ഒരു സ്വഭാവമാണ് എനിക്ക്."

പ്രവാസ ജീവിതത്തിൽ അനുഭവിക്കുന്ന ഏറ്റവും വലിയ പ്രയാസ ങ്ങളിൽ ഒന്നാണത്. ചുരുങ്ങിയ പരിതിക്കുള്ളിൽ ജീവിതം പരി മിതപ്പെടുത്തേണ്ടി വരും. ആ പരിമിതികളെ അംഗീകരിക്കുവാനും ഉൾക്കൊള്ളുവാനും മനസ്സിനെ പാകപ്പെടുത്തുക എന്നതാണ് ആദ്യത്തെ ദൗത്യം. അത് എല്ലാവർക്കും അത്ര എളുപ്പത്തിൽ സാധ്യ മാവുകയുമില്ല.

താൻ ജീവിക്കുന്ന സാഹചര്യത്തെ മനസ്സുകൊണ്ട് അംഗീകരി ക്കാനും ഉൾക്കൊള്ളാനും കഴിയുമ്പോൾ മാത്രമേ, ആ ജീവിതം ആസ്വാദ്യവും സ്വീകാര്യവുമാവൂ.

"നസ്രിയുടെ ആശങ്കകളെല്ലാം പുതുതായി ദാമ്പത്യജീവിതത്തി ലേക്ക് പ്രവേശിക്കുന്ന ഏതൊരു പെൺകുട്ടിയും അനുഭവിക്കുന്നത് മാത്രമാണ്. അതിന് പരിഹാരം നമ്മൾ സ്വയം കണ്ടെത്തേണ്ടതു മാണ്.

ജീവിതത്തിൽ ഒരിക്കൽപോലും കാണാത്തതോ അല്ലെങ്കിൽ അറിയാത്തതോ അല്ലെങ്കിൽ ഇടപഴകാത്തതോ ആയിട്ടുള്ള വ്യത്യ സ്തമായ സാഹചര്യങ്ങളിൽ ജനിച്ച് വളർന്ന ചിന്തകൾകൊണ്ടും

അറിവുകൾകൊണ്ടും അനുഭവങ്ങൾ കൊണ്ടും താല്പര്യങ്ങൾ കൊണ്ടും വ്യത്യസ്തത പുലർത്തുന്ന വ്യത്യസ്തരായ രണ്ട് വ്യക്തികൾ തമ്മിലുള്ള പരിപൂർണ്ണ കൂടിച്ചേരൽ ആണ് ദാമ്പത്യ ജീവിതം. സ്വപ്നവും യാഥാർത്ഥ്യവും തമ്മിലുള്ള ഒരു ഒത്തുചേരൽ. ചിലർ ആ യാഥാർത്ഥ്യം പെട്ടെന്ന് ഉൾക്കൊള്ളുന്നു. മറ്റു ചിലർ സാവധാനം അത് ഉൾക്കൊള്ളുന്നു. ഈ രണ്ടിലും പെടാത്ത ഒരു വിഭാഗം അത് ഒട്ടും ഉൾക്കൊള്ളാതെയും പോകുന്നു. അവരാണ് ദാമ്പത്യജീവിതത്തിലെ പരാജിതർ.

ഒരു സഹപ്രവർത്തകൻ ആയിരുന്നു വിപിൻകുമാർ. കുറേ പെണ്ണ് കാണൽ ചടങ്ങുകൾ നടത്തിയിരുന്നു അവൻ. എന്തെങ്കിലുമൊക്കെ അതൃപ്തികൾ ഓരോ പെണ്ണുകാണലിലും വിപിനോ അല്ലെങ്കിൽ പെൺകുട്ടിയുടെ വീട്ടുകാർക്കോ ഉണ്ടാവുമായിരുന്നു. മൂന്നാമത്തെ തവണ ലീവിന് നാട്ടിൽ പോയപ്പോഴാണ് അവനൊരു വിവാഹം ഉറച്ചത്." അബു പറഞ്ഞു.

"മംഗലം കഴിക്കാൻ വേണ്ടി ഗൾഫിൽനിന്നും ലീവിന് നാട്ടിൽ വരുന്ന ചെക്കന്മാർക്ക്, കാണുന്ന ഭൂരിഭാഗം പെൺകുട്ടികളെ ഒന്നും മനസ്സിൽ പിടിക്കാറില്ല. എന്റെ പുയ്യാപ്ലതന്നെ എന്നെ ഒരു കൊല്ലം മുമ്പ് പെണ്ണ് കാണാൻ വന്നതായിരുന്നു. അന്നെനിക്ക് തടി കൂടുതലാണെന്ന് പറഞ്ഞ് മുടങ്ങിയതായിരുന്നു ഈ ബന്ധം. പിന്നീട് ഒരു കൊല്ലത്തിനുശേഷം അവരുടെ വീട്ടുകാർ വന്ന് കണ്ടാണ് ഈ ബന്ധം ഉറച്ചത്. അതെന്താ ഗൾഫിൽനിന്നും വരുന്ന ചെക്കന്മാർക്ക് ഇത്ര അഹങ്കാരവും പെൺകുട്ടികളെ ഒന്നും കണ്ണിൽ പിടിക്കാത്തതും?" നസ്രിയ ഇടയ്ക്ക് കയറി ഒന്ന് ചോദിച്ചു.

"സത്യമാണ് നസ്രിയുടെ ആ സംശയം. ഓരോ തവണ ലീവിന് നാട്ടിൽ പോയി കുറേ പെണ്ണുകാണൽ നടത്തി ഒന്നും ശരിയാവാതെ ലീവ് കഴിഞ്ഞ് തിരിച്ചു വരുന്ന കുറേ കൂട്ടുകാർ എനിക്കും ഉണ്ടായിരുന്നു. 'ലോകസുന്ദരിയെ അന്വേഷിച്ച് നടക്കുകയായിരിക്കും അവൻ' എന്ന പരിഹാസവാക്കും അവർ കേൾക്കാറുണ്ട്.

എന്നാൽ ആ ആൺകുട്ടികൾ അനുഭവിക്കുന്ന ഒരു പ്രതിസന്ധിയുണ്ട്. പലർക്കും അത് തിരിച്ചറിയാൻ കഴിയാറില്ല. പല നാടുകളിൽ നിന്നുമുള്ള സ്ത്രീകളേയും അവരുടെ സൗന്ദര്യവും നിരന്തരം കണ്ടതിനുശേഷമാണ് ഓരോ ഗൾഫുകാരനും നാട്ടിൽ എത്തുന്നത്. മുന്നിൽ വന്ന് നിൽക്കുന്ന സ്ത്രീസൗന്ദര്യത്തെ ഗൾഫിൽ കണ്ട് കൊണ്ടിരുന്ന സ്ത്രീ സൗന്ദര്യങ്ങളോട് മനപ്പൂർവമല്ലാത്ത ഒരു താരതമ്യം നടത്തേണ്ടി വരാറുണ്ട് അവർക്ക്. ആദ്യനാളുകളിൽ കാണുന്ന പെൺകുട്ടികളെ ഒന്നും മനസ്സിന് ബോധ്യപ്പെടാതെ പോകുന്നത് അതുകൊണ്ടാണ്. ആ അവസ്ഥയിൽ നിന്നും പിന്നീട് മനസ്സ്

വിമുക്തി നേടുമ്പോഴാണ് പെണ്ണുകാണൽ ചടങ്ങുകളിൽ പോസിറ്റീവ് റിസൾട്ട് വരുന്നതും വിവാഹത്തിലേക്ക് പ്രവേശിക്കുന്നതും.

കൂടെ വന്ന കൂട്ടുകാരുടെ അഭിപ്രായങ്ങൾ മാനിച്ചുപോലും ചില പെൺകുട്ടികളെ ഇഷ്ടപ്പെടാതെ തിരിച്ചു പോന്ന അനുഭവങ്ങൾ ഉള്ളതുകൊണ്ടുതന്നെ പിതാവിനെ മാത്രം കൂടെ കൂട്ടിയായിരുന്നു വിപിൻ ആ പെൺകുട്ടിയെ കാണാൻ പോയത്. "ഒറ്റ നോട്ടത്തിൽ, തന്റെ സ്ത്രീ സൗന്ദര്യ സങ്കല്പത്തോട് 50 ശതമാനം മാത്രം നീതി പുലർത്തിയവൾ എന്നായിരുന്നു' വിപിൻ പിന്നീട് ആ പെൺകുട്ടിയെക്കുറിച്ച് പറഞ്ഞത്.

സൗന്ദര്യത്തിനപ്പുറം പെൺകുട്ടിയുടെ വിദ്യാഭ്യാസത്തിന് ആയിരുന്നു അവൻ പ്രാധാന്യം നൽകിയിരുന്നത്. "വിദ്യാഭ്യാസമുള്ള ഒരു സ്ത്രീക്ക് അവളുടെ മക്കളുടെ വിദ്യാഭ്യാസവും വളരെ പ്രധാനപ്പെട്ടതായിരിക്കും. അവൾ ബന്ധപ്പെടുന്ന എല്ലാ മേഖലകളിലും അവളുടെ വിദ്യാഭ്യാസത്തിന്റെ ഗുണം ഉണ്ടായിരിക്കും" എന്നതായിരുന്നു വിപിന്റെ അഭിപ്രായം.

കുറേ പെണ്ണുകാണൽ നടത്തിയ അനുഭവങ്ങൾ ഉള്ളതുകൊണ്ടുതന്നെ എന്തൊക്കെ പെൺകുട്ടിയോട് ചോദിക്കണമെന്നും പറയണമെന്നും വ്യക്തമായ ഒരു മുൻധാരണ ഉണ്ടായിരുന്നു വിപിന്.

കാലിൽ ചിത്രം വരച്ചു പാതി താഴ്ത്തിയ മുഖവുമായി അവൾ മുന്നിൽ വന്ന് നിന്നു, അവൻ അവളോട് ചേർന്നും. പേര് വിവരങ്ങളോടുകൂടിയ ചെറുപരിചയപ്പെടലിനുശേഷം വിപിന്റെ അഭ്യർത്ഥന മാനിച്ചാണ് അവളുടെ വീട്ടുകാർ അവർക്ക് രണ്ടുപേർക്കും തനിച്ച് സംസാരിക്കാൻ അവസരം ഒരുക്കിക്കൊടുത്തത്.

"എന്താണ് ഭാവിവരനെക്കുറിച്ചുള്ള സങ്കൽപ്പങ്ങൾ?" വിപിൻ ചോദിച്ചു.

"പ്രത്യേകിച്ച് സങ്കൽപ്പങ്ങൾ ഒന്നും ഇല്ല. എന്നെ മനസ്സിലാക്കുന്ന, എന്നെ സ്നേഹിക്കാൻ കഴിയുന്ന ഒരാളിയിരിക്കണം" ദിവ്യ പറഞ്ഞു.

"എന്നാൽ എനിക്ക് ചില സങ്കല്പങ്ങളും കാഴ്ചപ്പാടുകളും ഉണ്ട്. ഭാവിജീവിതത്തെക്കുറിച്ച്." വിപിൻ പറഞ്ഞു.

എന്തൊക്കെയാണ് അത് എന്നറിയാനുള്ള ആകാംക്ഷയിൽ അവൾ അവനെ നോക്കി.

"വിദ്യാഭ്യാസപരമായി ഞാൻ വലിയ നേട്ടമൊന്നും കൈവരിച്ചിട്ടില്ല. ഒരു സ്വകാര്യ കോളേജിൽ പഠിച്ചുകൊണ്ടിരിക്കുമ്പോഴാണ് ആദ്യമായി ഗൾഫിൽ പോകുന്നത്. ആറ് വർഷമായി ഒമാനിൽ ഒരു

സ്വകാര്യ സ്ഥാപനത്തിലാണ് ജോലി ചെയ്യുന്നത്. വലിയ ശമ്പളമൊന്നും എനിക്ക് ലഭിക്കുന്നില്ല അവിടെ."

"ഞാനതിനു വരുമാനമൊന്നും ചോദിച്ചില്ലല്ലോ." ദിവ്യ ഇടയ്ക്കൊന്നു കയറി പറഞ്ഞു.

"ദിവ്യ ചോദിച്ചാലും ഇല്ലെങ്കിലും എന്റെ വരുമാനത്തെക്കുറിച്ച് വ്യക്തമായൊരു ധാരണ എന്റെ ഭാവിവധുവിന് ഉണ്ടായിരിക്കണം. അതിനോട് സഹകരിച്ചു ജീവിതം മുന്നോട്ടു കൊണ്ടുപോകുവാൻ കഴിയുന്നവളായിരിക്കണം അവൾ. അതിനവൾ പരിമിതപ്പെടണം. പരമ്പരാഗത മത ചിട്ടയോടെ ജീവിക്കുന്ന ഒരു ഗ്രാമീണ കുടുംബമാണ് എന്റേത്. ഇരുപത്താറ് വയസ്സുവരെ എന്നെ ജീവന് തുല്യം സ്നേഹിച്ച മാതാപിതാക്കളാണ് വീട്ടിൽ ഉള്ളത്. ഇത്രകാലം എന്റെ അഭിപ്രായങ്ങൾക്ക് അവരോ അവരുടെ അഭിപ്രായങ്ങൾക്ക് ഞാനോ എതിരായി വന്നിട്ടില്ല. ജീവിതകാലം മുഴുവൻ ഇതേനിലയിൽ മുന്നോട്ടു പോകണമെന്നാണ് എന്റെ ആഗ്രഹം. അതിന് എന്റെ ജീവിതപങ്കാളിയുടെ പൂർണ്ണപിന്തുണയാണ് എനിക്ക് ആവശ്യം. പ്രായമായ അവരിൽനിന്നും എന്തെങ്കിലും അനിഷ്ടങ്ങൾ സംഭവിച്ചാൽ സ്വന്തം മാതാപിതാക്കൾ ആണെന്ന് കരുതി അതിനോട് പൊരുത്തപ്പെടുവാൻ കഴിയേണ്ടതുണ്ട്. മാതാപിതാക്കളെക്കുറിച്ച് ഒരു പരാതി എന്റെ ഭാര്യയ്ക്കോ അവളെക്കുറിച്ച് അവർക്കോ ഉണ്ടാവുക എന്നത് സ്വാഭാവികമാണ്. എന്നാൽ അത് അന്യനാട്ടിൽ താമസിച്ച് ജോലി ചെയ്യുന്ന എന്നെ മാനസികമായി തളർത്തുന്ന നിലയിലേക്ക് വളർത്തരുത്."

വിപിൻ പറഞ്ഞ് നിർത്തി ഒരു ദീർഘശ്വാസത്തോടെ കയ്യിലുണ്ടായിരുന്ന നാരങ്ങാവെള്ളത്തിന്റെ ഗ്ലാസ് ചുണ്ടിലേക്ക് അടുപ്പിച്ചു.

"ഇതൊക്കെ കേൾക്കുമ്പോൾ എനിക്ക് പേടി തോന്നുന്നു. കാരണം അവരുടെ ഇഷ്ടാനിഷ്ടങ്ങൾ എന്തൊക്കെയാണെന്ന് എനിക്കെങ്ങനെ അറിയും? ഞാൻ അറിയാതെ എന്തെങ്കിലും പിഴവുകൾ എന്നിൽനിന്നും സംഭവിച്ചു കഴിഞ്ഞാൽ..."

വാക്കുകൾ പൂർത്തീകരിക്കാതെ ദിവ്യ വിപിന്റെ മുഖത്തേക്കൊന്നു നോക്കി.

"തങ്ങൾ ഇത്രകാലം സ്നേഹത്തോടെ താലോലിച്ച് വളർത്തി വലുതാക്കിയ തങ്ങളുടെ മകൻ അവന്റെ ജീവിതസഖിയെ വീട്ടിലേക്ക് കൊണ്ടുവരുമ്പോൾ, തങ്ങൾക്ക് ഇത്രകാലം കിട്ടിയ മകന്റെ സ്നേഹവും കരുതലും കുറഞ്ഞു പോകുമോ? ആ സ്ഥാനം മുഴുവൻ മരുമകൾ കവർന്നെടുക്കുമോ? എന്ന് ആശങ്കപ്പെടാത്ത മാതാപിതാക്കൾ വളരെ കുറവാണ്. അങ്ങനെ സംഭവിക്കുന്നില്ല എന്നും

അവർക്ക് ലഭിച്ചിരുന്നതിൽ ഒന്നിലും ഒരു കുറവും വരുന്നില്ല എന്നും ആദ്യനാളുകളിൽതന്നെ അവരെ ബോധ്യപ്പെടുത്തിയാൽ കുടുംബങ്ങളിൽ ഉണ്ടാവാൻ സാധ്യതയുള്ള ആദ്യപ്രശ്നങ്ങൾക്ക് പരിഹാരമായി. എന്ത് ചെയ്യുമ്പോഴും അവരോടും അഭിപ്രായങ്ങൾ ആരായുക. അവരുടെ അഭിപ്രായങ്ങൾ മാനിക്കുന്നുണ്ടെന്നും അതിനു പ്രാധാന്യം നൽകുന്നുണ്ടെന്നും അവരെ ബോധ്യപ്പെടുത്തുക.

വിവാഹത്തിന് മുമ്പ് എങ്ങനെ ജീവിച്ചിരുന്നു എന്നുള്ളത് പരസ്പരം ഒരു വിഷയമേ ആവരുത്. വിവാഹശേഷം ബന്ധത്തെ പ്രതികൂലമായി ബാധിക്കുന്ന ഒന്നും ചെയ്തുകൂടാ എന്നുള്ളത് പരസ്പരം നിർബന്ധമായും പാലിക്കുക. മനസ്സിൽ തോന്നുന്ന കാര്യങ്ങളെല്ലാം പരസ്പരം തുറന്നു പറയുക. ഒരാൾ മറ്റൊരാളിൽ നിന്ന് എന്ത് ആഗ്രഹിക്കുന്നു എന്ന് ഒരുപക്ഷേ തുറന്നു പറയുമ്പോൾ മാത്രമേ ആദ്യഘട്ടങ്ങളിൽ മനസ്സിലാവൂ. അത് മനസ്സിലാക്കിയാൽ മാത്രമേ, നേടിക്കൊടുക്കാൻ കഴിയുന്നതാണെങ്കിൽ നേടി കൊടുക്കുവാനും കഴിയാത്തതാണെങ്കിൽ അതിലുള്ള തന്റെ പരിമിതി പരസ്പരം ബോധ്യപ്പെടുത്തുവാനും സാധിക്കൂ.

തർക്കങ്ങൾ പരസ്പരം ഒഴിവാക്കുക. തർക്കം മൂത്താൽ തന്റെ ഭാഗം ന്യായീകരിക്കുവാനും സ്വയം വിജയിക്കുവാനും മാത്രമായിരിക്കും ഓരോരുത്തരുടെയും ലക്ഷ്യം. അത് മനസ്സിന്റെ വിവേകം നഷ്ടപ്പെടുത്തുകയും വികാരം മനസ്സിന്റെ നിയന്ത്രണം ഏറ്റെടുക്കുകയും ചെയ്യും. വികാരത്തോടെ പ്രയോഗിക്കുന്ന വാക്കുകൾ പലപ്പോഴും മനസ്സിനെ മുറിവേല്പിക്കും. ദാമ്പത്യജീവിതത്തിൽ ഏൽക്കുന്ന അത്തരം മുറിവുകൾ ആയിരിക്കും പിന്നീട് നീറിപ്പുകയുന്നതും ദാമ്പത്യം ശിഥിലമാക്കുന്നതും. ഭൂരിഭാഗം സ്ത്രീകളും അവരുടെ പ്രതിഷേധങ്ങളും അഭിപ്രായ വ്യത്യാസങ്ങളും തന്റെ ഭർത്താവിനോട് പ്രകടിപ്പിക്കുന്നത് പിണക്കത്തിലൂടെയാണ്. എന്റെ ഭാര്യ സാധാരണ സ്ത്രീകളിൽനിന്നും തീർത്തും വ്യത്യസ്തയല്ല എന്നതുകൊണ്ടുതന്നെ അവൾക്കും എന്നോട് പിണങ്ങാം. എന്നാൽ നമ്മുടെ പിണക്കം ഒരു പകൽ മാത്രമേ നീണ്ടു നിൽക്കാവൂ.

കൂടെ ഉള്ളപ്പോൾ ദിവസത്തിൽ ഒരു തവണയെങ്കിലും പരസ്പരം തുറന്നു സംസാരിക്കാനുള്ള സമയം കണ്ടെത്തേണ്ടതുണ്ട്. സ്ഥിരമായ ആശയ വിനിമയങ്ങൾ നടക്കുമ്പോൾ മാത്രമേ ബന്ധങ്ങൾ ശക്തിപ്പെടുകയും നിലനിൽക്കുകയുമുള്ളു. പരസ്പരം വിലയിരുത്തുവാനും ചെറുതായാൽ പോലും നല്ല കാര്യങ്ങൾ കണ്ടാൽ അതിനെ പ്രശംസിക്കുവാനുമുള്ള തുറന്ന മനസ്സ് രണ്ടു പേരിലും ഉണ്ടായിരിക്കണം. ഈ ലോകം മുഴുവൻ ഒരുമിച്ചു പറഞ്ഞാലും എനിക്ക് അനുഭവം ഇല്ലാത്തോളം കാലം ഞാനെന്റെ ഇണയെ

അവിശ്വസിക്കുകയില്ലയെന്ന ഉറച്ച വിശ്വാസം രണ്ടുപേരിലും ഉണ്ടായിരിക്കണം.”

പരസ്പരമുള്ള കരുതലാണ് ദാമ്പത്യജീവിതത്തിന്റെ കാതൽ. എന്തും തുറന്നു പറയാൻ കഴിയുന്ന നിലയിലുള്ള അടുത്ത കൂട്ടുകാർ ആകുവാൻ ഭാര്യാഭർത്താക്കന്മാർക്ക് കഴിഞ്ഞാൽ ദാമ്പത്യ ജീവിതം ഏറ്റവും ആഹ്ലാദകരമാവും.

പരസ്പരം അഡ്ജസ്റ്റുമെന്റാണ് വേണ്ടത് എന്നാണ് എല്ലാവരും പറയാറ്. എന്നാൽ പരസ്പരം തിരിച്ചറിവാണ് വേണ്ടത് എന്നാണ് എന്റെ പക്ഷം. നമ്മൾ പരസ്പരം അറിവ് ഉള്ളവരായിരിക്കും. എന്നാൽ പരസ്പരം തിരിച്ചറിവ് ഉള്ളവരാവാൻ നമുക്ക് കഴിയണം. ആ തിരിച്ചറിവ് വർദ്ധിക്കുംതോറും പരസ്പരമുള്ള ബന്ധം കൂടുതൽ ദൃഢപ്പെടും. പഴകുംതോറും വീര്യം വർദ്ധിക്കുന്ന ഒരു വീഞ്ഞാവണം ദാമ്പത്യം. തിരിച്ചറിവിൽ നിന്നായിരിക്കണം സ്നേഹവും വിശ്വാസവും ബഹുമാനവും ഉണ്ടാവേണ്ടത്. എങ്കിലേ അത് എന്നും നിലനിൽക്കൂ. സ്നേഹം, അത് മനസ്സിൽ സൂക്ഷിക്കാൻ മാത്രമുള്ളതല്ല തുറന്ന് പ്രകടിപ്പിക്കാൻ കൂടിയുള്ളതാണ്. വിശിഷ്യാ ദാമ്പത്യ ജീവിതത്തിൽ.”

ഏകദേശം ഒരു മണിക്കൂറോളം വിപിനും ദിവ്യയും തമ്മിലുള്ള സംസാരം നീണ്ടുപോയി.

“ദിവ്യ, ഞാൻ പറഞ്ഞതെല്ലാം ഉൾക്കൊള്ളുന്നുണ്ടോ?” വിപിൻ ചോദിച്ചു.

“ഉണ്ട്, പക്ഷേ ഇത്രയ്ക്കു കേട്ടപ്പോൾ തലയ്ക്കൊരു മരവിപ്പ് തോന്നുന്നു.” അവൾ പറഞ്ഞു.

“ഇതൊക്കെ ഒരു മുൻകരുതലാണ്. ദാമ്പത്യജീവിതത്തിലേക്ക് കടക്കുന്നതിനു മുമ്പ് മനസ്സിലാക്കേണ്ട ചില കാര്യങ്ങൾ. മാത്രവുമല്ല, ഇതെല്ലാം എന്റെ കാഴ്ചപ്പാടുകൾ മാത്രമാണ്. എത്രമാത്രം ജീവിതത്തിലേക്ക് പകർത്താൻ കഴിയുമെന്ന് ഒരു നിശ്ചയവുമില്ലാത്ത ചില കാഴ്ചപ്പാടുകൾ. എല്ലാതും ജീവിതത്തിൽ പകർത്താൻ ശ്രമിക്കാം, അതിനായി പ്രാർത്ഥിക്കുകയും ചെയ്യാം.”

ഒരു സിനിമ കാണുന്ന ആവേശത്തിൽ എല്ലാം കേട്ടിരുന്ന നസ്രിയ, ഹാൻഡ്ബാഗ് അബുവിനെ ഏല്പിച്ച് വാഷ്റൂം ലക്ഷ്യമാക്കി നടന്നു.

നാദിയ കരയാറില്ല

"എപ്പോൾ വിളിച്ചാലും എന്റെ പുയ്യാപ്ലയ്ക്ക് എന്നെക്കുറിച്ച് പറയാനുള്ളത് എനിക്ക് പക്വത ഇല്ല എന്ന പരാതിയാണ്. മൂപ്പര് എന്തെങ്കിലും എന്നോട് പറഞ്ഞാൽ പെട്ടെന്ന് എനിക്കത് പിടികിട്ടില്ല. എന്തെങ്കിലും എന്നെ ചെയ്യാൻ ഏല്പിച്ചാൽ പുയ്യാപ്ല ഉദ്ദേശിച്ച പോലെ എനിക്കത് ചെയ്യാൻ കഴിയാറില്ല. ഞങ്ങൾ തമ്മിലുള്ള തർക്കങ്ങളും പിണക്കങ്ങളും കൂടുതലും ഈ വിഷയത്തിലായിരിക്കും."

നസ്രിയ പറഞ്ഞു നിർത്തി അബുവിന്റെ മുഖത്തേക്കൊന്ന് നോക്കി.

"തന്റെ ഭാര്യയ്ക്ക് ഒന്നുമറിയില്ലെന്ന് കരുതുന്ന ചില ഭർത്താക്കന്മാരെ എനിക്കും അറിയാം. ഷെഹ്സാദും അതുപോലൊരു ഭർത്താവായിരുന്നു."

നസ്രിയ വീണ്ടും അബുവിലേക്ക് കാതുകൾ കൂർപ്പിച്ചു.

"വായനാശീലമുള്ള ഏത് വിഷയത്തെക്കുറിച്ചും എപ്പോഴും സംസാരിക്കാനും സംവദിക്കാനും കഴിയുന്ന സാത്വികൻ ആയ കൃത്യനിഷ്ഠയും അച്ചടക്കവുമുള്ള ഒരു ചെറുപ്പക്കാരനായിരുന്നു ഷെഹ്സാദ്."

അർബുദരോഗം ആദ്യഘട്ടത്തിലേ തിരിച്ചറിഞ്ഞ് ചികിത്സിച്ച് ഭേദമായതിന് ശേഷമായിരുന്നു ഷെഹ്സാദ് ആദ്യമായി പ്രവാസത്തിലേക്ക് പ്രവേശിച്ചത്. അതിനുശേഷം വിവാഹം കഴിഞ്ഞു. രണ്ട് മക്കളും ജനിച്ചു. പ്രവാസത്തിലിരിക്കേ വീണ്ടും അർബുദ രോഗലക്ഷണങ്ങൾ കാണാൻ തുടങ്ങി. ചികിത്സയും ആരംഭിച്ചു.

അർബുദം തന്റെ ശരീരത്തെ കീഴടക്കിക്കൊണ്ടിരിക്കുമ്പോഴും അതിന്റെ പ്രയാസം അല്പം പോലും പുറത്ത് കാണിക്കാതെ, പുഞ്ചിരിച്ചുകൊണ്ട് ദൈനംദിന പ്രവർത്തികളിൽ ഏർപ്പെട്ടിരുന്ന അപൂർവ്വം വ്യക്തിത്വത്തിന് ഉടമയായിരുന്നു ഷെഹ്സാദ്. അസുഖത്തിന്റെ സ്റ്റേജ്

മാറിക്കൊണ്ടിരിക്കയാണെന്നും നാട്ടിൽ പോയി ചികിത്സയ്ക്കുക യാണ് ഇനി നല്ലതെന്നും ഡോക്ടർ നേരിട്ട് പറഞ്ഞപ്പോഴാണ് അവൻ കമ്പനിയിൽ റിസൈൻ ലെറ്റർ കൊടുത്തതും തിരക്കിട്ട് നാട്ടിലേക്ക് തിരിച്ചതും.

ഒന്നും നാളേക്ക് മാറ്റിവെക്കാതെ എല്ലാം അന്നുതന്നെ ചെയ്തു തീർക്കുകയും എത്ര വൈകിയാലും നിത്യവും ഡയറി എഴുതുകയും ചെയ്യുമായിരുന്നു ഷെഹ്സാദ്.

"എന്നിലെ അർബുദരോഗം ആദ്യം തിരിച്ചറിഞ്ഞപ്പോൾതന്നെ ഇനി ജീവിതത്തിലേക്കൊരു മടക്കമില്ലെന്നും മരണത്തിലേക്കുള്ള ദൂരം വളരെ കുറഞ്ഞു എന്നും ഞാൻ വിശ്വസിക്കുകയും മനസ്സിനെ വിശ്വസിപ്പിക്കുകയും ചെയ്തതായിരുന്നു. എന്നാൽ അന്ന് അതിൽ നിന്നുമെല്ലാം ചികിത്സിച്ച് ഭേദമാകുവാനും പത്ത് വർഷത്തോളം ജീവിക്കുവാനും എനിക്ക് കഴിഞ്ഞു. ഈ ജീവിച്ച് തീർത്ത പത്ത് വർഷം എനിക്ക് ബോണസ് ലഭിച്ചതായിരുന്നു. മരണം ഏത് നിമി ഷവും കൂടെയുണ്ട് എന്ന് എല്ലാവരും വിശ്വസിക്കുന്നുണ്ടെങ്കിലും താൻ ഇപ്പോഴൊന്നും മരിക്കില്ല എന്ന് കരുതുന്നവരാണ് ഭൂരിഭാഗം മനുഷ്യരും. എന്നാൽ ഞാൻ അതിൽനിന്നും വ്യത്യസ്തനാണ്. കഴിഞ്ഞ പത്ത് വർഷമായി എന്റെ ജീവിതത്തിലെ ഓരോ നിമി ഷവും ഞാൻ ആസ്വദിക്കുന്നത് അടുത്ത നിമിഷം എനിക്കില്ല എന്ന ഉറച്ച വിശ്വാസത്തോടെ ആയിരുന്നു."

ഒരിക്കൽ റൂമിലെ സംസാരത്തിനിടെ ഷെഹ്സാദ് പറഞ്ഞു.

"ഒറ്റയ്ക്കൊരു തീരുമാനം എടുക്കാൻ കഴിയാത്ത, എന്തിനും ഏതിനും എന്റെ അഭിപ്രായത്തിന് കാത്ത് നിൽക്കുന്ന വിദ്യാഭ്യാസ മുള്ള ഒരു കഴുതയാണ് തന്റെ ജീവിതപങ്കാളിയായ നാദിയ" എന്ന് അവൻ ഇടയ്ക്കിടെ പരാതി പറയുമായിരുന്നു.

പ്രവാസം ഒഴിവാക്കി പെട്ടെന്ന് നാട്ടിലേക്ക് തിരിക്കാനുള്ള കാരണം പലരും അവനോട് തിരക്കിയിരുന്നു. പണിതുകൊണ്ടിരി ക്കുന്ന വീടിന്റെ പണി പൂർത്തിയാവുന്നതിന് മുമ്പ് തന്നെയുള്ള നിന്റെ ഈ തിരിച്ചുപോക്ക് മണ്ടത്തരം ആണെന്ന്, അടുത്തറിയുന്ന പലരും സ്നേഹത്തോടെ ശാസിച്ചപ്പോഴും ഒരു പുഞ്ചിരി മാത്രം ആയിരുന്നു അവന്റെ പ്രതികരണം. എന്നാൽ മരണത്തിന് മണി ക്കൂറുകൾ എണ്ണി കാത്തിരിക്കുന്ന, നാട്ടിൽ കിടന്നുതന്നെ മരിക്കണ മെന്ന് ആഗ്രഹിച്ച ഒരുവന്റെ ധൃതിപിടിച്ചുള്ള തയ്യാറെടുപ്പായിരുന്നു അതെന്ന് അറിയുന്നത് ചികിത്സിക്കുന്ന ഡോക്ടർമാർക്കും ഏറ്റവും അടുപ്പമുള്ള ഒന്നോ രണ്ടോ കൂട്ടുകാർക്കും മാത്രമായിരുന്നു.

നാട്ടിലെത്തി ഒരാഴ്ചയ്ക്കുള്ളിൽ ഷെഹ്സാദ് അവന്റെ ഈ ലോകത്തുള്ള മുഴുവൻ ജോലികളും ഉത്തരവാദിത്തങ്ങളും തിടുക്കത്തിൽ ചെയ്ത് തീർത്തിരുന്നു. ഏറ്റവും അനിവാര്യമായ ഈ ലോകത്തോടുള്ള വിടവാങ്ങൽ മനോഹരമായി ഏറ്റുവാങ്ങി അവൻ.

തൊട്ടടുത്ത മണിക്കൂറിൽ മരണം സംഭവിക്കാൻ പോകുന്നു എന്ന് തിരിച്ചറിഞ്ഞതിന് ശേഷം ജീവിക്കുന്ന ഓരോ നിമിഷവും എങ്ങനെ ആയിരിക്കുമെന്ന് ചിന്തിക്കാൻ കഴിയുമോ? അവസാന നിമിഷം ചെയ്തുതീർക്കുന്ന കാര്യങ്ങൾ എന്തൊക്കെ ആയിരിക്കുമെന്ന് ആലോചിക്കാൻ കഴിയുമോ? ആ നിമിഷങ്ങളെ മനക്കരുത്തോടെ നേരിടാൻ കഴിയുന്നവർ എത്ര പേരുണ്ടാവും? ജീവിതത്തിൽ ചെയ്ത് തീർക്കാൻ ബാക്കിയുള്ളതിനെ പ്രാധാന്യം അനുസരിച്ചു തരം തിരിച്ച് കൃത്യമായി അക്കമിട്ട് ചെയ്തു തീർക്കാൻ എല്ലാവർക്കും കഴിയുമോ? വരുംദിനങ്ങളിലെ ഈ നേരങ്ങളിൽ താനീ ഭൂലോകത്ത് ഉണ്ടാവില്ല എന്ന് തിരിച്ചറിഞ്ഞിട്ടും പുഞ്ചിരിയോടെ ജീവിച്ചവർ എത്ര പേരുണ്ടാവും? മുഴുവൻ കടമകളും കടപ്പാടുകളും തീർത്ത് മരണത്തെ പുൽകാൻ എത്ര പേർക്ക് കഴിഞ്ഞിട്ടുണ്ടാവും ഈ ലോകത്ത്?

ഷെഹ്സാദിന്റെ വേർപാടിന് ഒരു വർഷം തികയുമ്പോഴാണ് അവന്റെ വീട് തിരഞ്ഞ് മിഷായേൽ അവിടെ എത്തിയത്. വീടിന്റെ ഗെയ്റ്റ് കണ്ടതുമുതലേ ഷെഹ്സാദിന്റെ ഓർമ്മകൾ അവന്റെ മനസ്സിലേക്ക് ഇരച്ചു കയറാൻ തുടങ്ങി. ഷെഹ്സാദുമായി സംവദിച്ച നിമിഷങ്ങൾ, ആഗ്രഹങ്ങളും സ്വപ്നങ്ങളും കൈമാറിയ ദിനരാത്രങ്ങൾ. അവന്റെ മരണശേഷം മാത്രം പണി തീർന്ന വീടിന്റെ മുന്നിൽ എഴുതിയ ആ പേര് മിഷായേലിനെ വല്ലാതെ അത്ഭുതപ്പെടുത്തി.

“വീടിന്റെ പണിയെല്ലാം കഴിഞ്ഞു വേണം ആഷിയാന എന്ന് നാമകരണം ചെയ്യാൻ” എന്ന് സംസാരത്തിനിടയ്ക്ക് ഒരു തവണ മാത്രമാണ് അവൻ മിഷായേലിനോട് വെളിപ്പെടുത്തിയിരുന്നത്.

ഒരു പ്രവാസിയുടെ ചുരുങ്ങിയ ആയുസ്സുകൊണ്ട് ഉണ്ടാക്കുന്ന ഒരു സ്വപ്നഗ്രഹത്തിന് കിളിക്കൂട് എന്ന് അർത്ഥം വരുന്ന ഒരു പേരല്ലാതെ മറ്റെന്ത് നല്കാൻ കഴിയും എന്ന് ചിന്തിച്ചത് ആ ഗെയ്റ്റിൽ മലയാളത്തിൽ എഴുതിയ ആഷിയാന എന്ന ബോർഡ് കണ്ടപ്പോഴാണ്.

കോളിംഗ് ബെൽ കേട്ട് വന്ന് വാതിൽ തുറന്നത് അവളായിരുന്നു. നാദിയയോട് എങ്ങനെ സംസാരിച്ചു തുടങ്ങണമെന്നും എങ്ങനെ പരിചയപ്പെടുത്തണമെന്നും അറിയാതെ പ്രയാസപ്പെടുന്നതിനിടയിൽ ഒരു നിമിഷം അവൾ തന്റെ മുഖത്തേക്ക് സൂക്ഷിച്ചു നോക്കി,

പുഞ്ചിരിച്ചു കൊണ്ട് ചോദിച്ചു, "മിഷായേൽ അല്ലേ, അകത്തേക്ക് വരൂ."

അകത്തേക്ക് കടന്ന് കൈയിൽ കരുതിയിരുന്ന കവർ നാദിയയ്ക്ക് നൽകി അവൻ സോഫയിൽ ഇരുന്നു. അവൾ അവനെ അത്ഭുതപ്പെടുത്തിക്കൊണ്ടേയിരുന്നു. വീടിനകത്ത് താൻ ഈ കാണുന്നതെല്ലാം പലപ്പോഴായി ഷെഹ്സാദ് തന്നോട് പങ്കുവെച്ച അവന്റെ സ്വപ്നങ്ങൾ ആണല്ലോ എന്ന് ഓർത്തുപോയി.

എങ്ങനെയാണ് ഒരു മനുഷ്യൻ കണ്ട് നിർത്തിയ സ്വപ്നത്തെ അവന്റെ അഭാവത്തിൽ മറ്റൊരാൾക്ക് തുടർന്ന് കാണാൻ കഴിയുക? അതിനെ പ്രാവർത്തികമാക്കാൻ കഴിയുക? ഹൃദയങ്ങൾ തമ്മിൽ ഇണ ചേർന്നവർക്കല്ലേ അതിന് സാധ്യമാവൂ.

ഷെഹ്സാദ് വിട പറയുമ്പോൾ അഞ്ചും മൂന്നും വയസ്സായിരുന്നു അവന്റെ മക്കൾക്ക്. നേരിട്ട് അനുഭവിച്ചതിനേക്കാൾ കൂടുതൽ തങ്ങളുടെ അബ്ബയെക്കുറിച്ചുള്ള ഓർമ്മകൾ നാദിയ അവർക്ക് പകർന്ന് നൽകിയിരിക്കുന്നു. കിട്ടിയ വസരത്തിൽ അബ്ബയെക്കുറിച്ചുള്ള ഓർമ്മകൾ ആ കുരുന്നുകളും പങ്ക് വെക്കുന്നു.

വലുതാവുമ്പോൾ ആരാവാനാണ് ആഗ്രഹമെന്ന മിഷായേലിന്റെ ചോദ്യത്തിന്, എത്ര നിഷ്കളങ്കമായാണ് ആ കുരുന്നുകൾ ഉത്തരം നൽകിയത്.

"ഞങ്ങൾക്ക് ഞങ്ങളുടെ അബ്ബയായാൽ മതി."

മാതാവ് പരിചയപ്പെടുത്തുന്ന രൂപം അനുസരിച്ചിരിക്കും പിതാവിനെക്കുറിച്ചുള്ള ഓരോ മക്കളുടെയും സങ്കൽപ്പങ്ങൾ, പ്രത്യേകിച്ച് പിതാവ് കൂടെയില്ലാത്ത മക്കളുടെ.

നാദിയയുമായി സംസാരിച്ചപ്പോൾ ഷെഹ്സാദിലൂടെ താൻ മനസ്സിലാക്കിയ പൊട്ടിപ്പെണ്ണിനേക്കാൾ എത്രയോ വലിയവളാണ് ഇന്നവളെന്നു ബോധ്യമായി. ഷെഹ്സാദ് കണ്ട സ്വപ്നങ്ങളുടെ സാക്ഷാത്കാരമാണ് ഇന്ന് നാദിയയുടെ ജീവിതലക്ഷ്യം.

നാദിയ ഷെഹ്സാദിനെക്കുറിച്ച് വാതോരാതെ പറയാൻ തുടങ്ങിയപ്പോൾ, അവൾ മറ്റേതോ ലോകത്താണോ എന്നുപോലും ആദ്യം സംശയിച്ചു പോയി.

"തന്നെ പിടികൂടിയ അർബുദ രോഗം ആന്തരികാവയവങ്ങളെ കാർന്നു തിന്നുകൊണ്ടിരിക്കയാണെന്നും ശരീരം മരണത്തിനു കീഴടങ്ങിക്കൊണ്ടിരിക്കയാണെന്നും മനസ്സിലാക്കിയിട്ടും ചികിത്സിക്കുന്ന ഡോക്ടർമാർ ഒഴികെ മറ്റാരെയും അറിയിക്കാതെ, തന്റെ വിയോഗത്തിന് ശേഷമുള്ള ഭാര്യയുടെയും മക്കളുടെയും ഭാവിയെക്കുറിച്ച്

പദ്ധതികൾ തയ്യാറാക്കുകയായിരുന്നു എന്റെ ഷഹ്സാദ്. ഒരു ദിവസം പോലും മുടങ്ങാതെ ഡയറിയിൽ കുത്തിക്കുറിക്കുമ്പോൾ അത് എന്നോട് പറയാൻ ബാക്കി വെച്ച ആഗ്രഹങ്ങളും പ്രതീക്ഷകളും ഉപദേശങ്ങളുമായിരുന്നു. തന്റെ അസുഖത്തെക്കുറിച്ച് മനസ്സിലാക്കിയതിനുശേഷം ജീവിച്ച ആ പത്തു വർഷത്തെ ഡയറി താളുകൾ മാത്രം മതി എനിക്ക് ഈ ആയുസ്സ് മുഴുവൻ എന്റെ ഷഹ്സാദിന്റെ ആഗ്രഹത്തിനനുസരിച്ചു ജീവിച്ചു തീർക്കാൻ. ഒരുപക്ഷേ, പ്രവാസികളായ ഭർത്താക്കന്മാർ മരിക്കുന്നതോടെ കുടുംബം വഴിയാധാരമാകുന്ന പല കഥകളും കേട്ടതും അറിഞ്ഞതുകൊണ്ടുമായിരിക്കാം ഷഹ്സാദ്, തന്റെ വിയോഗത്തിന് ശേഷമുള്ള കുടുംബത്തിന്റെ ഭാവിയെക്കുറിച്ച് വ്യക്തമായ ഒരു രൂപരേഖ തയ്യാറാക്കിയത്.

ഒരു പുരുഷന്റെ തണലില്ലാതെ ഒരു സ്ത്രീ എങ്ങനെ ഈ സമൂഹത്തിൽ ജീവിക്കുമെന്നാണ് എന്നെ അടുത്തറിയുന്ന പലരുടെയും ആശങ്ക. ഒരു പുനർവിവാഹത്തെക്കുറിച്ച് ചിന്തിച്ചുകൂടെ എന്ന് പലരും ചോദിക്കുന്നു. മോഹനവാഗ്ദാനങ്ങളുമായി അടുത്ത് കൂടുന്ന പലരും കരുതുന്നത് വെറും കാമവെറി പൂണ്ടു നിൽക്കുന്ന ഒരു വിധവയാണ് ഞാനെന്നാണ്. എന്നാൽ ആറുവർഷത്തെ ദാമ്പത്യ ജീവിതത്തിനിടയിൽ ഒരു ഭർത്താവിന്റെ എല്ലാ ദൗത്യങ്ങളും നിർവ്വഹിച്ചു കഴിഞ്ഞിരുന്നു എന്റെ ഷഹ്സാദ്. മനസ്സിൽ മാത്രം ഞാൻ ആഗ്രഹിച്ച കാര്യങ്ങൾ തുറന്നു പറയാതെ തന്നെ സാധിപ്പിച്ചു തരുന്നത് കാണുമ്പോൾ എനിക്ക് അത്ഭുതം തോന്നാറുണ്ടായിരുന്നു. പറയാൻ ബാക്കി വെച്ചതെല്ലാം ഡയറിത്താളുകളിൽ കുറിച്ച് വെച്ചിരിക്കുന്നു. ഇനിയെന്തിന് എനിക്കൊരു ഭർത്താവ് ഈ ഭൂമിയിൽ?

ഷഹ്സാദിന്റെ വലിയൊരാഗ്രഹമായിരുന്നു എന്നെ സ്കൂൾ ടീച്ചർ ആയി കാണുക എന്നത്. ഒരുപാട് പ്രതിസന്ധികളെ മറികടന്നാണ് എന്നെക്കൊണ്ട് ബി.എഡ് എടുപ്പിച്ചതും. എന്നാൽ ഷഹസാദിന്റെ ആ ഉറച്ച തീരുമാനം, ഇന്നെനിക്ക് ആരെയും ആശ്രയിക്കാതെ അന്തസ്സായി ജീവിക്കാനും മക്കളെ പോറ്റാനുമുള്ള ഒരു ജീവിതോപാധിയാണ്. എനിക്ക് ഏറ്റവും അടുത്തവർ പലപ്പോഴും എന്നോട് ചോദിക്കാറുണ്ട്

“ഒരിറ്റു കണ്ണുനീർ പോലും വീഴ്ത്താതെ എങ്ങനെ പിടിച്ചു നിൽക്കാൻ കഴിയുന്നു നിനക്കെന്ന്.”

അകാലത്തിൽ താൻ മരണമടഞ്ഞാൽ, ഒരിക്കലും തന്നെ ഓർത്ത് കരയരുത് എന്ന് മരിക്കുന്നതിന്റെ തൊട്ടു മുമ്പത്തെ ദിവസമാണ് ഷഹ്സാദ് എന്നോട് പറഞ്ഞത്. എന്റെ കണ്ണുകൾ പോലും ഇന്നാ വാഗ്ദത്തനിർവ്വഹണത്തിലാണ്.”

ആലയിൽ കാച്ചിയെടുക്കുന്ന ഇരുമ്പുപോലെ ഷെഹ്സാദ് അവളിലുള്ള അവളെ ബലപ്പെടുത്തി പുറത്തെടുത്തിയിരിക്കുന്നു. ഒരു ഭൂമികുലുക്കം കൊണ്ടും തകർക്കാൻ കഴിയാത്ത ഒരു കുടുംബം അവൻ വാർത്തെടുത്തിരിക്കുന്നു.

പരസ്പരം സംവദിക്കുന്നിടത്തും ആശയങ്ങൾ കൈമാറുന്നിടത്തും വരുന്ന പാളിച്ചകളായിരിക്കാം കുടുംബ ബന്ധങ്ങൾ ശിഥിലമാകുന്നതിന് പ്രധാന കാരണങ്ങൾ. പരസ്പരം തിരിച്ചറിഞ്ഞ് കഴിഞ്ഞാൽ ഏറ്റവും മനോഹരമായ ജീവിതം ദാമ്പത്യജീവിതമാണ്.

അവസരങ്ങൾ നൽകാത്തതിന്റെ പേരിലോ പൊടി തട്ടിയെടുക്കാൻ ഷെഹ്സാദുമാർ ഇല്ലാത്തതിന്റെ പേരിലോ വീടിനുള്ളിൽ ഒതുങ്ങിക്കൂടി കഴിയുന്ന എത്ര നാദിയമാരുണ്ടാവും നമുക്കിടയിൽ.

കേൾക്കാൻ ആളില്ലാത്തതിന്റെ പേരിൽ പച്ചയായ മനുഷ്യരുടെ എത്ര ജീവിതകഥകൾ ആയിരിക്കും പറയാതെ പോയത്.

മഷ്കൂർ

"വിവാഹം ഉറപ്പിച്ച അന്ന് മുതലേ കേൾക്കുന്ന ഒരു സ്ഥലപ്പേരാണ് സലാല. പറയുന്നവരെല്ലാം സലാലയുടെ ഭംഗിയെക്കുറിച്ചാണ് പറയുന്നത്. കുടുംബത്തിലുള്ള പലരും പറഞ്ഞത്, നസ്രിക്ക് വീട് വിട്ടതിന്റെ ഒരു പ്രയാസവും അവിടെ ചെന്നാൽ തോന്നില്ല എന്നാണ്. ഇത്രയ്ക്ക് ഭംഗിയുള്ള സ്ഥലമാണോ സലാല?" നസ്രിയ ചോദിച്ചു.

ഒമാന്റെ തെക്കൻപ്രവിശ്യയായ ദോഫാറിന്റെ തലസ്ഥാനമാണ് സലാല. വാഴത്തോട്ടങ്ങൾക്കും അറബിക്കടലിന്റെ കടൽജീവികൾ നിറഞ്ഞ മനോഹരമായ ബീച്ചുകൾക്കും പേരുകേട്ടതാണ് സലാല. ഖരീഫ്, വാർഷിക മൺസൂൺ, മരുഭൂമിയെ സമൃദ്ധവും ഹരിതവുമായ ഭൂപ്രകൃതിയാക്കി മാറ്റുകയും കാലാനുസൃതമായി നിരവധി വെള്ളച്ചാട്ടങ്ങൾ സൃഷ്ടിക്കുകയും ചെയ്തിട്ടുണ്ട്. ഖരീഫ് കാലങ്ങളിൽ പച്ച പുല്ലുകൾകൊണ്ട് ഹരിതാഭമാവുന്ന ആ മലകൾ നയനമനോഹര കാഴ്ചകൾ ആണ്. സുഗന്ധവ്യഞ്ജന വ്യാപാരത്തിലെ ലോകത്ത് അറിയപ്പെടുന്ന ഒരിടം കൂടിയാണ് ഇവിടം. കേരളത്തിന്റെ തനി ഭൂപ്രകൃതിയാണ് സലാലയ്ക്ക്. സലാലയുടെ പല ഭാഗവും തെങ്ങും വാഴയും പച്ചക്കറികളും അടങ്ങുന്ന കൃഷിയിടങ്ങളാണ്. കേരളത്തിൽ നിന്നും നേരിട്ട് സലാലയിൽ പോകുന്നവർക്ക് ഒരു അപരിചിതത്വവും തോന്നാത്തത് അതുകൊണ്ടാണ്. വർഷത്തിൽ രണ്ടോ മൂന്നോ മാസം തുടർച്ചയായി ചാറ്റൽമഴ ലഭിക്കുന്നൊരു സ്ഥലം. മൂന്ന് ഭാഗം മലകൾകൊണ്ടും ഒരു ഭാഗം കടലിനാലും വലയം ചെയ്യപ്പെട്ട ചെറിയ ഒരു സ്ഥലം.

സലാലയിൽ ഒരു ആഭ്യന്തര എയർപോർട്ട് മാത്രമേ മുമ്പ് ഉണ്ടായിരുന്നുള്ളൂ. നാട്ടിൽനിന്നും സലാലയിലേക്ക് വരുന്നവർക്കും സലാലയിൽനിന്ന് നാട്ടിലേക്ക് പോകുന്നവർക്കും ആയിരത്തി അമ്പത് കിലോമീറ്റർ ദൂരെയുള്ള സീബ് ഇന്റർനാഷണൽ എയർപോർട്ടിനെയാണ് ആശ്രയിക്കേണ്ടിയിരുന്നത്. ഭൂരിഭാഗം പേരും ബസ്സുകളിൽ ആയിരുന്നു ആ യാത്ര ചെയ്തിരുന്നത്. പന്ത്രണ്ട്

മണിക്കൂർ നീളുന്ന മരുഭൂമിയിലൂടെയുള്ള യാത്ര വ്യത്യസ്തമായൊരു അനുഭവംതന്നെ നൽകിയിരുന്നു.

നാട്ടിൽ പ്രത്യേകിച്ച് ജോലികളൊന്നും ചെയ്ത് പരിചയമില്ലാത്തവർ ഗൾഫിൽ എത്തിയാൽ ആദ്യം ശ്രമിക്കുക സ്വന്തമായൊരു ഡ്രൈവിംഗ് ലൈസെൻസ് കരസ്ഥമാക്കാനാണ്. ഗൾഫിൽ ഡ്രൈവിംഗ് ലൈസെൻസ് നേടുക എന്നാൽ അതൊരു കരുത്ത് നേടലാണ്. ഡ്രൈവിംഗ് ലൈസൻസ് ലഭിക്കുന്നതിലൂടെ ആത്മ വിശ്വാസവും കൂടിയാണ് നേടിയെടുക്കുന്നത്. എന്തെങ്കിലുമൊക്കെ ജോലി ലഭിക്കും എന്ന ആത്മവിശ്വാസം.

ഡ്രൈവിംഗ് ലൈസൻസ് കിട്ടിയ ഉടനെ ഒരു ഫുഡ് സ്റ്റഫ് സപ്ലൈ കമ്പനിയിൽ സെയിൽസ്മാൻ കം ഡ്രൈവർ ആയി ബാദുഷയ്ക്ക് ജോലി ലഭിച്ചു. വാഹനത്തെക്കുറിച്ചോ റോഡിനെക്കുറിച്ചോ കൂടുതലൊന്നും അറിയില്ലായിരുന്നു അന്ന് ബാദുഷയ്ക്ക്. പുതിയ സെയിൽസ്മാന്റെ കഴിവ് പരീക്ഷിക്കാൻ, കമ്പനിയിൽ കുറെ കാലമായി ഉപയോഗിക്കാതെ കിടന്നിരുന്ന ഒരു നിസ്സാൻ ഉർവാൻ ഡെലിവറി വാൻ അവനെ ഏല്പിക്കുമ്പോൾ മറ്റൊരു ലക്ഷ്യവും കൂടി ഉണ്ടായിരുന്നു കമ്പനിക്ക്. ഒരുപാട് കാലമായി കമ്പനിയിൽ കെട്ടിക്കിടപ്പുള്ള കുറെ വീട്ടുപയോഗസാധനങ്ങൾ വണ്ടിയിൽ കുത്തിനിറയ്ക്കുക. സാധാരണ മാർക്കറ്റിൽ വിറ്റ് പോകാൻ സാധ്യതയില്ലാത്ത സാധനങ്ങൾ ആയതുകൊണ്ട് ബാദുഷയ്ക്ക് അത് വല്ലാത്തൊരു പരീക്ഷണമായിരുന്നു.

എന്നാൽ വിശാലമനസ്കരായ കമ്പനിയിലെ മറ്റു സെയിൽസ് മാന്മാർ ഒരു ഉപാധി പറഞ്ഞു കൊടുത്തു. ഈ സാധനങ്ങളുമായി നീ ജെബൽ (മല) കയറുക. അവിടെ സാധാരണ സെയിൽസ് വാഹനങ്ങൾ എത്താത്ത സ്ഥലങ്ങളും കടകളുമുണ്ട്. ഏതെങ്കിലും സെയിൽസ് വാഹനങ്ങൾ അവിടെ ചെന്നാൽ അവിടുത്തെ കടക്കാർ, വണ്ടിയിൽ കാണുന്ന സാധനങ്ങൾ കൂടുതലും മേടിച്ചു കടയിൽ സ്റ്റോക്ക് ചെയ്യും. എളുപ്പത്തിൽ സെയിലും നടക്കും.

കേട്ടപാതി ബാദുഷ പോകേണ്ട വഴിയും സ്ഥലവും ചോദിച്ചറിഞ്ഞു. വാഹനം ഓടിക്കാനുള്ള ഒരു പുതിയ ഡ്രൈവറുടെ ആവേശവും ജോലിയിൽ പിടിച്ചുനിൽക്കാനുള്ള ആർത്തിയും അദ്ദേഹത്തെ ജബലിലേക്ക് കച്ചവടത്തിനയച്ചു. ജൂലൈ മാസത്തെ മേഘാവൃതമായ കാലാവസ്ഥയായിരുന്നു അന്ന്. ജെബലിനു മുകളിലേക്ക് കയറും തോറും അന്തരീക്ഷം കൂടുതൽ ഇരുണ്ടതാവാൻ തുടങ്ങി. ജെബലിനു മുകളിൽ എത്തിയപ്പോഴേക്കും തൊട്ടടുത്ത വാഹനത്തെ പോലും കാണാൻ സാധിക്കാത്ത നിലയിൽ കോടമഞ്ഞുകൊണ്ട് മൂടിയിരുന്നു അന്തരീക്ഷം മുഴുവൻ. എന്തായാലും വന്നതല്ലേ മുന്നോട്ടു പോകുവാൻതന്നെ തീരുമാനിച്ചു. വണ്ടിയുടെ ഹെഡ്ലൈറ്റ്

ഓൺ ചെയ്തിട്ടും തൊട്ടു മുന്നിൽ പോകുന്ന വാഹനത്തെപോലും കാണാൻ കഴിയില്ലായിരുന്നു. റോഡിനു നടുവിൽ പിടിപ്പിച്ചിട്ടുള്ള റിഫ്ളക്ടറിന്റെ സഹായത്തോടെ ബാദുഷ ആദ്യത്തെ കടയിലെത്തി. കുറച്ചു സാധനങ്ങൾ ആ കടക്കാരൻ മേടിച്ചപ്പോൾ അവന് ആവേശം കൂടി. ഇനി അടുത്ത കട എവിടെയാണ് എന്ന അവന്റെ ചോദ്യത്തിന് കടക്കാരൻ മറുപടി കൊടുത്തു.

“ഇവിടെ നിന്നും അഞ്ചു കിലോമീറ്റർ പോയാൽ ഒരു കടയുണ്ട്, പക്ഷേ ഇപ്പോൾ വന്നതുപോലെയുള്ള ടാറിട്ട റോഡല്ല. ആ കടക്കാരൻ സാധനങ്ങൾ നന്നായി മേടിക്കും. ഇവിടെ വരുന്ന സെയിൽസ് വണ്ടിക്കാരെയെല്ലാം അങ്ങോട്ട് അയയ്ക്കണം എന്ന് എന്നോട് പറഞ്ഞേൽപ്പിച്ചിട്ടുണ്ട്. റോഡു ശരിയല്ലാത്തതുകൊണ്ട് ആരും അങ്ങോട്ട് പോകുവാൻ തയ്യാറാവാറില്ല. താല്പര്യമുണ്ടെങ്കിൽ പൊയ്ക്കോ, കച്ചവടം നന്നായി നടക്കും.”

ബാദുഷയിലെ പുതുസെയിൽസ്മാൻ സടകുടഞ്ഞെഴുന്നേറ്റു. ഒരല്പം ത്യാഗം സഹിച്ചായാലും അങ്ങോട്ട് പോവുക തന്നെ ചെയ്യാം. ആദ്യ ദിവസംതന്നെ വണ്ടിയിലെ സാധനങ്ങളെല്ലാം കാലിയാക്കി കമ്പനിയിലേക്ക് തിരിച്ചു ചെല്ലുന്ന തന്നെ പേരിനെ അന്വർത്ഥകമാക്കുംവിധം ഒരു രാഷ്ട്രം കീഴടക്കി വിജയശ്രീലാളിതനായി വരുന്ന ഒരു യോദ്ധാവായി സ്വപ്നം കണ്ടു. വണ്ടി സ്റ്റാർട്ട് ചെയ്ത ബാദുഷയുടെ അടുത്ത് വന്നു കടക്കാരൻ വീണ്ടും ഓർമ്മപ്പെടുത്തി.

“വണ്ടി സൂക്ഷിച്ച് ഓടിക്കണേ, വലിയ ഗർത്തങ്ങളാണ് രണ്ടു ഭാഗവും.”

“ശരി.” ബാദുഷ തല കുലുക്കി സമ്മതിച്ചു.

ഒരുപാട് കാലത്തെ പരിചയമുള്ള ഒരു ഡ്രൈവറുടെ മനോഭാവത്തിൽ അവൻ വണ്ടി മുന്നോട്ടെടുത്തു. രണ്ടു കിലോമീറ്ററോളം മുന്നോട്ടു പോകുമ്പോഴേക്കും റോഡ് വളരെ അപകടം നിറഞ്ഞതായി അനുഭവപ്പെട്ടു. ഇരുഭാഗത്തും വലിയ വലിയ താഴ്ചകളും അഗാധമായ ഗർത്തങ്ങളും തന്റെ ആത്മബലത്തെ ദുർബലപ്പെടുത്തിക്കൊണ്ടിരുന്നു. മുന്നോട്ടു പോകുംതോറും വണ്ടി ഇടത്തോട്ടും വലത്തോട്ടും മറിയുംവിധം ആടിയുലഞ്ഞുകൊണ്ടിരുന്നു. പെട്ടെന്ന് വണ്ടിയുടെ പിൻചക്രം ഒരു കുഴിയിലേക്ക് ഇറങ്ങി. മുന്നിലോട്ടു വണ്ടി എടുക്കാൻ ശ്രമിക്കുംതോറും പിൻചക്രം വഴുതി വഴുതി താഴേക്കു പോകുന്നതായി അവന് മനസ്സിലായി. ഡോർ തുറന്ന് പുറത്തിറങ്ങാൻ കഴിയാത്തവിധം വണ്ടിയുടെ ഒരു ഭാഗം പൂർണ്ണമായും ചെരിഞ്ഞിരിക്കുന്നു. ഇടത്തും വലത്തും വലിയ കൊക്കകളാണ് കാണുന്നത്.

വണ്ടി മുന്നോട്ടെടുക്കാനുള്ള തന്റെ ഓരോ ശ്രമവും പരാജയപ്പെട്ട് കൊക്കയിലേക്ക് മറിയാൻ പരുവത്തിൽ വണ്ടി പിറകിലോട്ടു

വീണ്ടും വീണ്ടും ചെരിഞ്ഞുകൊണ്ടിരുന്നു. കൈകാലുകൾ വിറയ്ക്കാൻ തുടങ്ങി. സഹായിക്കാൻ സർവ്വേശ്വരൻ അല്ലാതെ മറ്റാർക്കും കഴിയില്ല എന്ന ബോധം മനസ്സിനെ പ്രാർത്ഥനാനിർഭരമാക്കി. ശരീരം വിയർക്കാൻ തുടങ്ങി. കൈമുതലായി ഉണ്ടായിരുന്ന ആത്മബലം മുഴുവൻ നഷ്ടപ്പെട്ടിരിക്കുന്നു. ഫലം കാണാത്ത തന്റെ ശ്രമത്തിന്റെ രണ്ടു മണിക്കൂറിനുള്ളിൽ ഒരു വാഹനംപോലും ആ വഴിയെ വന്നതില്ല. ഇരുൾ മൂടിയ ആ മലമുകളിൽ എന്ത് ചെയ്യണം എന്നറിയാതെ സങ്കടപ്പെട്ടു. പച്ച വെള്ളം പോലും കുടിക്കാതെ വീണ്ടും മണിക്കൂറുകൾ നീങ്ങി. സമയം രാത്രിയോടടുത്തുകൊണ്ടിരുന്നു. കണ്ണുനീരിനു പകരം രക്തം കണ്ണിൽനിന്നും ഒലിച്ചിറങ്ങി കവിൾത്തടങ്ങളെ നനയ്ക്കുന്നതായി തോന്നി. വിശപ്പിന്റെ കാഠിന്യം കൊണ്ട് തല ചുറ്റാൻ തുടങ്ങി. പൊട്ടുമാറു പരുവത്തിൽ ചങ്ക് വരണ്ടുണങ്ങി. അട്ടഹസിച്ച് ഒന്ന് കരയാൻപോലും ശേഷിയില്ലാത്ത വണ്ണം ബാദുഷ തളർന്നു.

വണ്ടി കയറ്റാനുള്ള തന്റെ ഓരോ ശ്രമവും മരണത്തെ മുന്നിൽ കാണുകയായിരുന്നു. തന്നിലുള്ള തന്റെ ഭയത്തെ അവൻ തിരിച്ചറിയുകയായിരുന്നു.

ഈ വണ്ടിയോടുകൂടെ കൊക്കയിലേക്ക് താൻ മറിഞ്ഞാൽ ആഴ്ചകൾക്കും മാസങ്ങൾക്കും ശേഷമായിരിക്കും ഒരുപക്ഷേ ഡെഡ് ബോഡി കിട്ടുന്നത്. വേണ്ടപ്പെട്ടവർക്ക് ഒന്ന് കാണാൻ പോലും പറ്റാത്ത നിലയിൽ അഴുകിയിരിക്കും അപ്പോൾ തന്റെ ശരീരം. അന്യനാട്ടിൽ കിടന്ന് മരിക്കുന്ന ബന്ധുക്കളുടെ ഭൗതികശരീരങ്ങൾ നാട്ടിൽ എത്തിക്കാൻ കുടുംബക്കാർ ആഗ്രഹിക്കുന്നത്, ആ മരണം അവരുടെ മനസ്സുകളെക്കൊണ്ട് വിശ്വസിപ്പിക്കുവാനും ആ ശരീരം ഭൂമിയിൽ ലയിച്ച് ചേർന്ന സ്ഥലമെങ്കിലും തങ്ങളുടെ കൺമുമ്പിൽ ഉണ്ടാകുവാനും ആ സ്ഥലം അടയാളപ്പെടുത്തുന്നതിലൂടെ അദ്ദേഹത്തിന്റെ ഓർമ്മകൾ നിലനിർത്തുവാനുമാണ്. അതിനുപോലും സാധ്യമാവാത്തവിധം തന്റെ ശരീരം ഈ മലയിടുക്കുകൾക്ക് ഇടയിൽനിന്നും ലഭിക്കാതെ പോയാലോ! തന്റെ കുടുംബക്കാരും തന്നെ സ്നേഹിക്കുന്നവരും എങ്ങനെയായിരിക്കും ആ വാർത്തയെ സ്വീകരിക്കുന്നത്? ബാദുഷയുടെ ചിന്തകൾ മരണത്തെക്കുറിച്ച് മാത്രമായി മാറി.

മനസ്സിലെ ഭയവും വിശപ്പിന്റെ കാഠിന്യവും തന്റെ തളർച്ച പരിപൂർണ്ണമാക്കി. ഡ്രൈവർ സീറ്റിൽ ഇരിക്കുന്ന ബാദുഷ പതുക്കെ തളർന്നു സ്റ്റിയറിങ്ങിലേക്ക് വീണു. തന്റെ ബോധം പൂർണ്ണമായും നഷ്ടപ്പെട്ടിരിക്കുന്നു. ആ അബോധാവസ്ഥ എത്ര നേരം നീണ്ടുപോയി എന്നറിയില്ല.

പെട്ടെന്ന് മുഖത്തേക്ക് ശക്തമായ വെളിച്ചം വന്നടിച്ചു. തണുത്ത വെള്ളത്തുള്ളികൾ തന്റെ മുഖത്തെ നനച്ചപ്പോൾ ബാദുഷ ഞെട്ടിയുണർന്നു. വെള്ളവസ്ത്രധാരികളായ രണ്ടു പേർ തന്റെ മുന്നിൽ നിൽക്കുന്നു. അവൻ വീണ്ടും ഭയന്നു. ദൈവം പറഞ്ഞു വിട്ട മാലാഖമാരോ ഇത്? സംസാരിക്കാനൊന്നും അവർ തുനിഞ്ഞില്ല. നിമിഷങ്ങൾക്കകം ലൈറ്റടിച്ച് നിർത്തിയ ലാൻഡ് ക്രൂസർ പിക്കപ്പും തന്റെ വണ്ടിയും ബെൽറ്റ്കൊണ്ട് ബന്ധിപ്പിച്ചു. അവരുടെ വണ്ടി മുന്നിലേക്ക് നീങ്ങുന്നതനുസരിച്ചു തന്റെ വണ്ടിയും ചലിച്ചുകൊണ്ടിരുന്നു. മൂന്നു കിലോമീറ്ററോളം വലിച്ചു തന്റെ വണ്ടിയെ ടാറിട്ട റോട്ടിലേക്ക് എത്തിച്ചു ആ ലാൻഡ് ക്രൂസർ. അവൻ വണ്ടിയിൽനിന്നും ഇറങ്ങുന്നതിനിടയിൽ വെള്ളവസ്ത്രധാരികളായ ആ അറബികൾ ബെൽറ്റ് വേർപ്പെടുത്തി അവരുടെ വണ്ടിയിലേക്ക് തിരിച്ചു കയറിയിരുന്നു. ഒരു നന്ദി പറയാൻ ബാദുഷ അടുത്തേക്ക് ചെല്ലുമ്പോഴേക്കും ആ വണ്ടി മുന്നോട്ടു നീങ്ങി.

അതിനു മുമ്പോ ശേഷമോ തന്റെ ജീവിതത്തിൽ ആരോടും പറയാത്തവിധം മുന്നോട്ടു കുതിക്കുന്ന വണ്ടിക്കാരോട് കൈകൾ പൊക്കി ബാദുഷ ഉറക്കെ അട്ടഹസിച്ചു. "മഷ്കൂർ യാ ഇഖ്വാൻ മഷ്കൂർ" നന്ദി, സഹോദരങ്ങളെ നന്ദി.

* * *

അബു പറഞ്ഞു നിർത്തുമ്പോൾ 'സലാലയിലേക്ക് പോകുന്ന എയർ ഇന്ത്യ എക്സ്പ്രസ്സ് തയ്യാറായി കഴിഞ്ഞു. യാത്രക്കാരെല്ലാം ഫ്ളൈറ്റിലേക്ക് പ്രവേശിക്കേണ്ടതാണ്' എന്ന അനൗൺസ്മെന്റ് മൈക്കിലൂടെ കേൾക്കുന്നുണ്ടായിരുന്നു. വിമാനത്തിൽ കയറാനുള്ള വരിയിൽ ബാഗും തൂക്കി നിൽക്കുന്നതിനിടയിൽ നസ്രിയ പറഞ്ഞു. "നിങ്ങൾ എന്റെ അടുത്ത സീറ്റിൽ തന്നെ ഇരിക്കണേ."

"അങ്ങനെ നമ്മൾ ഇഷ്ടപ്പെടുന്ന സീറ്റുകളിൽ ചെന്നിരിക്കാൻ വിമാനത്തിൽ കഴിയില്ല. നമ്മുടെ ബോർഡിങ് പാസിൽ എഴുതിയിട്ടുള്ള സീറ്റ് നമ്പറിൽ മാത്രമേ നമുക്ക് ഇരിക്കാൻ അനുവാദമുള്ളൂ. എല്ലാവർക്കും അവരുടേതായ സീറ്റ് നമ്പറുകൾ ഉണ്ടാവും." അബു പറഞ്ഞു.

"എയർ ഹോസ്റ്റസിനോട് പറഞ്ഞാൽ അവർ സമ്മതിക്കില്ലേ?" നസ്രിയയുടെ സംശയം.

"ആ സീറ്റിന്റെ ഉടമസ്ഥനാണ് അത് സമ്മതിക്കേണ്ടത്. എയർ ഹോസ്റ്റസല്ല." അബു പറഞ്ഞു.

"എങ്കിലും ഞാനൊന്ന് ശ്രമിച്ചു നോക്കാം." നസ്രിയ ഒഴിവാക്കുവാനുള്ള തീരുമാനമില്ല.

അനാഥൻ

അബുവിന്റെ കൈയിൽനിന്നും ബോർഡിങ് പാസ് വാങ്ങി നോക്കിയ എയർഹോസ്റ്റസ് സീറ്റ് നമ്പർ 12 ബിയിലേക്ക് ചൂണ്ടി ക്കാണിച്ചു. തന്നേക്കാൾ പിറകിലായിരുന്നു നസ്രിയയുടെ സീറ്റ്. 18 സിയായിരുന്നു അത്. ഹാൻഡ് ബാഗ് ഓവർഹെഡ് ബിന്നിൽ വെച്ച് അബു സീറ്റിൽ ഇരുന്നു. കണ്ണുകൾ പിറകിലേക്ക് ഒന്ന് പായിച്ചു. അവളും അവളുടെ സീറ്റിൽ ഇരിക്കാനുള്ള ശ്രമത്തിലായിരുന്നു. യാത്രക്കാരെല്ലാം അവരവരുടെ സീറ്റുകളിൽ എത്തിയിരിക്കുന്നു. സീറ്റ് ബെൽറ്റെല്ലാം റെഡിയാക്കുന്നതിനിടയിൽ ഒട്ടും പരിചയമി ല്ലാത്ത ഒരാൾ വന്ന് അബുവിന്റെ തോളിൽ തട്ടി പറഞ്ഞു.

“എന്റെ സീറ്റ് 18 ബി ആണ്, നിങ്ങൾ അവിടെ പോയിരുന്നോളൂ. ഞാൻ ഇവിടെ ഇരുന്നോളാം.” അബു അദ്ദേഹത്തെ നോക്കി. “സീറ്റൊന്നു ചേഞ്ച് ചെയ്യാമോയെന്ന്, നിങ്ങളുടെ സിസ്റ്റർ ചോദിച്ചു. നിങ്ങൾ എന്റെ സീറ്റിലേക്ക് പോയിരുന്നോളൂ. ഞാൻ ഈ സീറ്റിൽ ഇരുന്നോളാം.” അദ്ദേഹം ആവർത്തിച്ചു.

അബു അദ്ദേഹത്തിന്റെ സീറ്റിൽ പോയിരുന്നു.

“എങ്ങനെയാണ് അയാളെ സീറ്റ് മാറ്റിച്ചത്?” അബു ചോദിച്ചു.

“ഓ, അതോ? ഞാൻ അയാളോട് പറഞ്ഞു, ‘എന്റെ സഹോദര നാണ് ആ മുന്നിൽ ഇരിക്കുന്നത്. അദ്ദേഹം ആദ്യമായി വിമാനയാത്ര ചെയ്യുന്നതാണ്. എഴുത്തും വായനയും അറിയില്ല, മലയാളമല്ലാതെ മറ്റൊരു ഭാഷ സംസാരിക്കാനും അറിയില്ല. വിമാനയാത്രയെക്കുറി ച്ചൊന്നും വലിയ വിവരമില്ലാത്ത ആളാണ്. താങ്കൾക്കു ബുദ്ധിമുട്ട് ആവില്ലെങ്കിൽ അദ്ദേഹത്തിന്റെ സീറ്റിൽ ചെന്നിരുന്ന് അദ്ദേഹത്തെ ഈ സീറ്റിലേക്കൊന്ന് മാറ്റാമോ?’ ഞാൻ പറഞ്ഞു തീരുന്നതിനേ ക്കാൾ മുമ്പേ ആ പാവം ശരിയെന്നു പറഞ്ഞ് എഴുന്നേറ്റ് നടന്നു.”

അവൾ അബുവിന്റെ മുഖത്തേക്കൊന്ന് നോക്കി ചിരിച്ചു.

വിമാനം അപകടത്തിൽപെട്ടാൽ ചെയ്യേണ്ട മുൻകരുതലുകളെക്കുറിച്ചുള്ള നിർദ്ദേശങ്ങൾ നല്കുന്നുണ്ടായിരുന്നു എയർ ഹോസ്റ്റസ്. ബെൽറ്റെല്ലാം അരയിൽ മുറുക്കി എല്ലാവരും എയർഹോസ്റ്റസിന്റെ നിർദ്ദേശങ്ങൾ ശ്രദ്ധിച്ചുകൊണ്ടേയിരുന്നു. ഇടയ്ക്കെല്ലാം നസ്രിയ ചോദിക്കുന്നുണ്ട്. "ഇങ്ങനൊക്കെ സംഭവിക്കുമോ വിമാനത്തിന്?"

"ചിലപ്പോഴൊക്കെ ചില അപകടങ്ങളും സംഭവിക്കാറുണ്ട്. പക്ഷേ അപ്പോഴൊന്നും ഇവർ പറയുന്നപോലെ രക്ഷപ്പെടാനൊന്നും ആർക്കും കഴിയാറില്ല. ആദ്യമായി വിമാനത്തിൽ കയറുന്നവർക്ക് ഇതൊക്കെ കേൾക്കുമ്പോൾ പേടി തോന്നും." അബു പറഞ്ഞു.

ഒരു ഓട്ടമത്സരത്തിൽ പങ്കെടുക്കുന്ന മത്സരാർത്ഥിയെപോലെ വിമാനം അതിന്റെ വേഗത കൂട്ടിക്കൊണ്ടേയിരുന്നു. പെട്ടെന്ന് ഭൂമിയിൽനിന്നുമുള്ള ബന്ധം വിച്ഛേദിക്കാനെന്നോണം വിമാനം തലഭാഗം പൊക്കി കുതിച്ചുയർന്നു. ഒരു കൊച്ചുകുട്ടിയെപ്പോലെ ചെവികൾ അടച്ചു പിടിച്ച് ഇരിക്കുന്നുണ്ടായിരുന്നു അപ്പോൾ നസ്രിയ. വിമാനം ഏകദേശം അതിന്റെ നേരെ പറക്കാനുള്ള ഉയരത്തിൽ എത്തിയപ്പോൾ അവൾ ചെവികളിൽനിന്നും കൈകൾ മാറ്റി.

കൈയിൽ കരുതിയിരുന്ന ന്യൂസ് പേപ്പർ എടുത്ത് തുറന്ന് അബു അതിലൂടെ കണ്ണോടിക്കുന്നതിനിടയിൽ അവൾ ചിരിച്ചുകൊണ്ട് ചോദിച്ചു.

"നിങ്ങൾക്ക് എഴുതാനും വായിക്കാനും അറിയില്ല എന്ന് ഞാനദ്ദേഹത്തോട് പറഞ്ഞത് തെറ്റായിരുന്നെന്ന് എന്നെ ബോധ്യപ്പെടുത്താനാണോ ഈ പേപ്പർ എടുത്ത് തല തിരിച്ചു പിടിച്ച് വായിക്കുന്നേ?"

പ്രകോപിപ്പിച്ച് സംസാരിപ്പിക്കാനാണെന്ന് തോന്നുന്നു അവളുടെ ഉദ്ദേശ്യം.

"നിങ്ങൾ ഈ പേപ്പർ വായിക്കുന്നത് കണ്ടിരിക്കാനല്ല നിങ്ങളുടെ സീറ്റ് ഇങ്ങോട്ട് മാറ്റിയത്. എന്തെങ്കിലുമൊക്കെ നിങ്ങളെക്കൊണ്ട് സംസാരിപ്പിക്കാൻ വേണ്ടിയാണ്."

"പറയൂ, ഇനി എന്താ അറിയേണ്ടത്?" അബു ചോദിച്ചു.

"അങ്ങനെ പ്രത്യേകിച്ച് ഒന്നും അറിയാനില്ല. ഇതുവരെ പറഞ്ഞതുപോലെ എന്തെങ്കിലുമൊക്കെ ജീവിതാനുഭവങ്ങൾ പറഞ്ഞാൽ മതി. എനിക്ക് ആവശ്യമുള്ളത് ഞാൻ അതിൽനിന്നും അറിഞ്ഞോളാം." അവൾ പറഞ്ഞു.

കേൾക്കാനും കേൾപ്പിക്കാനും ആർത്ത് പൂണ്ടിരിക്കുന്ന ഒരു എതിർലിംഗത്തോട് ഒരു നിയന്ത്രണവും കൂടാതെ വാചാലമാവാൻ കിട്ടുന്നൊരവസരം എത്ര സുന്ദരമാണ്.

കൈയിലുള്ള പേപ്പർ മടക്കി വെച്ച് പെട്ടെന്ന് ഓർമ്മയിൽ വന്ന അനുഭവങ്ങൾ ഓരോന്നായി അബു പറയാൻ തുടങ്ങി, കേൾക്കാനുള്ള ആവേശത്തിൽ നസ്രിയയും ഇരുന്നു.

* * *

ഒരുമിച്ച് താമസിക്കുന്ന കാലത്ത് എപ്പോഴോ കൊടുത്തതായിരുന്നു വീടിന്റെ അഡ്രസ്സ്. അത് തേടിപ്പിടിച്ച് കുറെ പ്രയാസപ്പെട്ടാണ് മുരളിയേട്ടൻ അന്ന് അസ്ഗറലിയുടെ വീട്ടിൽ എത്തിയത്.

വളരെ സംസാരപ്രിയനായിരുന്നു മുരളിയേട്ടൻ. ജോലി കഴിഞ്ഞു വന്നാൽ റൂമിൽ ഉള്ളവരോട് എന്തെങ്കിലുമൊക്കെ എപ്പോഴും സംസാരിച്ചുകൊണ്ടിരിക്കുന്ന പ്രാകൃതം. സംസാരിക്കാൻ ആരുമില്ലെങ്കിൽ ടിവി കണ്ടുകൊണ്ടിരിക്കും. വാർത്തകൾ ശ്രദ്ധാപൂർവ്വം കേൾക്കും. ജോലി കഴിഞ്ഞ് റൂമിൽ വരുന്ന ഓരോരുത്തരോടും അന്ന് കേട്ട വാർത്തകളെല്ലാം വിശദമായി പറയും.

നാലഞ്ച് വർഷം ഒരേ മുറിയിലായിരുന്നു മുരളിയേട്ടനും അസ്ഗറലിയും താമസിച്ചിരുന്നത്. മൂന്ന് വർഷങ്ങൾക്ക് മുമ്പാണ് അദ്ദേഹം പ്രവാസജീവിതം അവസാനിപ്പിച്ച് നാട്ടിലേക്ക് പോയത്.

ഇടയ്ക്കിടെ മാറിവരുന്ന സുഹൃത്തുക്കളും സഹമുറിയന്മാരും ഈ പ്രവാസജീവിതത്തിന്റെ മാത്രം പ്രത്യേകതയാണ്. വർഷങ്ങളോളം ഉണ്ടും ഉറങ്ങിയും ഒരു കുടുംബംപോലെ ഒരുമിച്ച് കഴിഞ്ഞവർ, ഒരുമിച്ചിരുന്ന് സ്വപ്നങ്ങൾ നെയ്തവർ, പെട്ടെന്നായിരിക്കും ജോലി നഷ്ടപ്പെട്ടോ പ്രവാസം അവസാനിപ്പിച്ചോ നാട്ടിലേക്ക് മടങ്ങുന്നത്. ആ വേർപിരിയൽ പലപ്പോഴും അവസാനത്തേത് ആവാറുണ്ട്. സോഷ്യൽ മീഡിയ വന്നതുകൊണ്ട് മാത്രമാണ് മുമ്പ് നഷ്ടപ്പെട്ട പല ബന്ധങ്ങളും തിരിച്ചുപിടിക്കാൻ സാധിക്കുന്നത്.

ഭാര്യയും രണ്ട് ആൺമക്കളും ഒരു മകളും ഉള്ള സന്തുഷ്ട കുടുംബമായിരുന്നു മുരളിയേട്ടന്. കുടുംബത്തെക്കുറിച്ചും മക്കളെക്കുറിച്ചുമെല്ലാം ആവേശത്തോടെ പറയുമായിരുന്നു അദ്ദേഹം. മൂന്നുപേരും ജോലിക്കാരും വിവാഹിതരുമായതിനുശേഷമാണ് മുരളിയേട്ടൻ പ്രവാസം അവസാനിപ്പിച്ചത്.

"നാട്ടിൽനിന്നും പ്രവാസികൾക്ക് ലഭിക്കുന്ന ചില പരിഗണനകൾ ഉണ്ട്. പള്ളി അമ്പലം പോലോത്ത മതസ്ഥാപനങ്ങളിൽനിന്നും നാട്ടിലെ ഉത്സവ ആഘോഷക്കമ്മിറ്റിക്കാരിൽനിന്നും അടുത്ത ബന്ധുക്കളിൽനിന്നും നാട്ടുകാരിലെ ചിലരിൽനിന്നുമെല്ലാം അത് പ്രവാസിയാവോളം കാലം ലഭിച്ചുകൊണ്ടിരിക്കും. മതസ്ഥാപനങ്ങളിൽ എന്തെങ്കിലും സാമ്പത്തിക ചിലവുകൾ ഉള്ള കാര്യങ്ങൾ വന്നാൽ,

നാട്ടിൽ എന്തെങ്കിലും ഉത്സവങ്ങളോ ആഘോഷങ്ങളോ വന്നാൽ, കുടുംബങ്ങളിൽ എന്തെങ്കിലും വിവാഹങ്ങളോ സാമ്പത്തിക ആവശ്യങ്ങളോ വന്നാൽ അവർ ആദ്യം പരിഗണിക്കുന്നത് പ്രവാസികളെ ആയിരിക്കും.

ഒരു മാസത്തെ ലീവിന് നാട്ടിൽ എത്തുമ്പോൾ ടാക്സിക്കാരിൽനിന്നും പിരിവുകാരിൽനിന്നും മീൻകച്ചവടക്കാരിൽനിന്ന് പോലും നമുക്കത് ലഭിക്കും. മറ്റുള്ളവർക്ക് ഇരുനൂറ് രൂപയ്ക്ക് വിൽക്കുന്ന മീൻ ഇരുനൂറ്റി അമ്പതോ മുന്നൂറോ രൂപയ്ക്ക് നൽകിയിട്ട് നമ്മളോട് പറയും നിങ്ങൾക്ക് ആയതുകൊണ്ട് മാത്രം തന്നതാണ് എന്ന്. നാട്ടിൽ എത്തിയ അന്ന് മുതൽ എന്ന് തിരിച്ചു പോകുന്നു എന്നവർ ചോദിച്ചുകൊണ്ടേയിരിക്കും.

ഇനി തിരിച്ചു പോകുന്നില്ല എന്ന ഉത്തരം ലഭിച്ചു കഴിഞ്ഞാൽ മുമ്പ് അവർ നൽകിയിരുന്ന പ്രവാസി പരിഗണനയിൽനിന്നും നമ്മളെ ഒഴിവാക്കും. കുടുംബക്കാരിൽനിന്ന് പോലും പിന്നീട് ഒരു അകൽച്ച നമുക്ക് അനുഭവിക്കാൻ കഴിയും.

“തിരിച്ചെത്തിയാൽ എനിക്കൊരു വിസ ശരിയാക്കി അയച്ചു തരുമോ?”

പ്രവാസം അവസാനിപ്പിച്ച് നാട്ടിൽ കൂടിയ മൂന്നു വർഷത്തെ അനുഭവങ്ങൾ ഏറ്റവും ചുരുക്കിപ്പറയുന്നതിനിടയിൽ ആയിരുന്നു മുരളിയേട്ടന്റെ ആ അപ്രതീക്ഷിത ചോദ്യം. ഒരു തമാശ കേട്ടതു പോലെ അസ്ഗറലി ഒന്ന് ചിരിച്ചു. എന്നാൽ അദ്ദേഹം തമാശ പറഞ്ഞതായിരുന്നില്ല.

“ഒരു വർഷം മുമ്പ് ഭാര്യ മരിച്ചു. കിഡ്നി ഫൈലിയർ ആയിരുന്നു. ഇപ്പോൾ ഞാൻ ശരിക്കും ഒറ്റപ്പെട്ടു.” മുരളിയേട്ടൻ തുടർന്ന് പറഞ്ഞു.

“ഒരു വീട് നിയന്ത്രിക്കാൻ ഭാര്യ വേണം. അവൾക്കേ അതിന് കഴിയൂ. അവൾക്ക് മാത്രമേ അതിന് കഴിയൂ. ഭാര്യയില്ലാത്ത വീട് ശ്മശാനമൂകമാണ്. സാമ്പത്തികമായി എനിക്ക് ഒരു പ്രയാസവും ഇല്ല. ബിൽഡിങ്ങിൽനിന്നും കിട്ടുന്ന വാടകകൊണ്ട് സുഖമായി ജീവിക്കാം. പക്ഷേ ഭാര്യ മരിക്കുന്നതോടെ തനിച്ചാവുന്ന ഭർത്താവിന്റെ വേദന, അത് നിസ്സാരമല്ല.”

അതുവരെ മുരളിയേട്ടന്റെ മുഖത്ത് കണ്ടിരുന്ന പുഞ്ചിരി മായുന്നതായും നിരാശ വ്യാപിക്കുന്നതായും തോന്നി.

“മകൾ ഭർത്താവുമൊത്ത് വിദേശത്താണ് താമസം. ആൺമക്കൾ രണ്ടുപേരും പല സ്ഥലങ്ങളിലാണ് ജോലി ചെയ്യുന്നതും താമസിക്കുന്നതും. മരുമക്കൾ രണ്ട് പേർ വീട്ടിലുണ്ട്. എനിക്കുള്ള ഭക്ഷണം

തയ്യാറാക്കി അവർ നേരത്തിന് ടേബിളിൽ വെക്കും. പക്ഷേ എന്നോടൊന്ന് സംസാരിക്കുവാനോ എന്റെ വിഷമങ്ങൾ ചോദിച്ചറിയുവാനോ അവർ തയ്യാറാവില്ല. അവർ അവരുടെ വീടുകളിലേക്ക് പോകുമ്പോൾ രണ്ടുപേരും ഒരേ സമയമാണ് പോവുക. ആഴ്ചകൾക്കു ശേഷമായിരിക്കും പിന്നെ തിരിച്ച് വരിക. അതുവരെ ഞാൻ തനിച്ചായിരിക്കും വീട്ടിൽ. ഭാര്യ മരണപ്പെട്ടതിനുശേഷം ഒറ്റപ്പെട്ട് ജീവിക്കുന്നതിനേക്കാൾ വലിയ ദുഃഖം ഒരു പുരുഷനും തന്റെ ജീവിതത്തിൽ അനുഭവിക്കുന്നില്ല."

സംസാരത്തിനിടയിൽ അദ്ദേഹത്തിന്റെ വാക്കുകൾ മുറിഞ്ഞു പോകുന്നതും കണ്ഠമിടറുന്നതും കണ്ണുകൾ നിറയുന്നതും കാണാമായിരുന്നു.

"എങ്കിൽ ഒരു വിവാഹം കൂടി ചെയ്തൂടെ?" അസ്ഗറലി ചോദിച്ചു.

"കഴിഞ്ഞ ഓണത്തിന് മക്കളെല്ലാം വീട്ടിൽ വന്ന സമയത്ത് എന്റൊരു അടുത്ത സുഹൃത്ത് ഗംഗാധരൻ എന്റെ മക്കളോട് ചോദിച്ചിരുന്നു, 'അച്ഛനെക്കൊണ്ട് നമുക്കൊരു വിവാഹം കൂടി കഴിപ്പിച്ചാൽ അച്ഛന്റെ ഈ ഏകാന്തതയ്ക്ക് ഒരു പരിഹാരമാവില്ലേ' എന്ന്. മകൾക്കും മൂത്ത മകനും അതിൽ എതിർപ്പുണ്ടായിരുന്നില്ല. പക്ഷേ രണ്ടാമത്തെ മകനും രണ്ട് മരുമക്കളും ഒരേ സ്വരത്തിൽ പറഞ്ഞു, 'തങ്ങൾക്ക് മറ്റുള്ളവരുടെ മുന്നിൽ തല ഉയർത്തി നടക്കേണ്ടതാണ്. അതുകൊണ്ട് അത് ഇവിടെ അനുവദിക്കില്ല' എന്ന്. അപ്പോൾ ഞാനും തീരുമാനിച്ചു മക്കളുടെ അഭിപ്രായങ്ങൾക്ക് എതിരെ ഇനിയൊരു തീരുമാനം എടുക്കണ്ട എന്ന്. അല്ലെങ്കിലും ഈ വയസ്സാം കാലത്ത് ഇനിയെന്തിന് ഒരു ഭാര്യ?

വേവൊക്കാത്ത പരിപ്പുപോലെ വേറിട്ട് നിൽക്കുന്ന ചില ഇടങ്ങളുണ്ട് ജീവിതത്തിൽ. ഇടയ്ക്കിടെ സ്വയം വിലയിരുത്തിക്കൊണ്ടിരിക്കണം. താൻ നിൽക്കുന്നിടത്ത് തന്റെ പ്രസക്തി എന്തെന്ന്. തനിക്ക് പ്രാധാന്യമില്ലാത്തൊരിടത്ത്, തന്റെ സാന്നിധ്യത്തിന് വില നൽകാത്തൊരിടത്ത് കൂടുതൽ തങ്ങരുത്. ഇറങ്ങി നടക്കുകയെങ്കിലും വേണം എങ്ങോട്ടെങ്കിലും. അത് ജോലിയിൽ നിന്നായാലുംപോലും താമസിക്കുന്ന കുടുംബത്തിൽ നിന്നായാലും പോലും."

മുരളിയേട്ടനെ ഒന്ന് ആശ്വസിപ്പിക്കാൻ അസ്ഗറലി പ്രയാസപ്പെട്ടു.

"നിങ്ങളോടൊപ്പം എനിക്കവിടെ ജീവിക്കാനുള്ള, എന്റെ നിത്യ ചിലവ് കഴിഞ്ഞു പോകുവാനുള്ള ഒരു ചെറിയ ശമ്പളത്തിൽ, ചെറിയ ജോലിയുള്ളൊരു വിസ ശരിയാക്കി അയച്ചു തരണം."

പ്രതീക്ഷയോടെ യാത്ര പറഞ്ഞു പിരിയാൻ നേരം അദ്ദേഹം ഒരു വാക്ക് കൂടെ കൂട്ടിച്ചേർത്തു. "മക്കൾക്ക് വേണ്ടി ജീവിക്കുകയോ മക്കൾക്ക് വേണ്ടി സമ്പാദിക്കുകയോ ചെയ്യരുത്. നമുക്ക് വേണ്ടി ജീവിക്കുക, നമുക്ക് വേണ്ടി സമ്പാദിക്കുക. പഠനത്തിലെ താല്പര്യവും മക്കളുടെ അഭിരുചികളും മനസ്സിലാക്കി അവർക്ക് ഇഷ്ടമുള്ള മേഖലയിലേക്ക് എത്താൻ അവരെ സഹായിക്കുക. മക്കൾക്ക് വേണ്ടി ഒരുപാട് നമ്മൾ സമ്പാദിച്ച് കൂട്ടിയാൽ, ആ സ്വത്ത് സ്വന്തമാകാൻ അവർ നമ്മുടെ മരണത്തെ ആഗ്രഹിക്കും."

"ഭർത്താവ് മരിക്കുന്ന ഭാര്യമാരും ഇതേ ഒറ്റപ്പെടലും വേദനയും അനുഭവിക്കുന്നവരല്ലേ?" നസ്രിയ ചോദിച്ചു.

"തീർച്ചയായും. ഈ പറയുന്ന എല്ലാ പ്രയാസങ്ങളും ഭർത്താവ് മരണപ്പെടുന്നതോടെ സ്ത്രീകളും അനുഭവിക്കുന്നുണ്ട്. പക്ഷേ അവരുടെ ആ പ്രതിസന്ധിയെ മറികടക്കാൻ അവർക്ക് സാധിക്കും. അവരെ ആശ്വസിപ്പിക്കാനും സമാധാനിപ്പിക്കാനും മക്കൾ, മരുമക്കൾ, ചെറുമക്കൾ, കുടുംബക്കാർ എല്ലാവരും ആ സ്ത്രീയോട് കൂടെ ഉണ്ടാവും. ആ സാമീപ്യം ഒരു പരിധിവരെ അവരുടെ സങ്കടങ്ങൾ മറികടക്കുവാനും ഒറ്റപ്പെടലിനെ അതിജീവിക്കുവാനും അവരെ സഹായിക്കും.

ഭയം കൊണ്ടോ ബഹുമാനംകൊണ്ടോ ആൺമക്കൾ അച്ഛന്മാരോട് ചെറുപ്പം മുതലേ ഒരു അകൽച്ച കാണിക്കുന്നവരാണ്. എന്തിനും അമ്മമാരെ ആശ്രയിക്കുന്നവരാണ് ആൺമക്കൾ. പെണ്മക്കളായിരിക്കും അച്ഛന്മാരോട് അടുപ്പം ചെറുപ്പം മുതൽ പ്രകടിപ്പിക്കുന്നത്. അവർ വിവാഹം കഴിഞ്ഞ് പോകുന്നതോടെ അച്ഛന്മാർക്ക് അത് നഷ്ടപ്പെടും. അമ്മയും കൂടി ഇല്ലാതാവുന്നതോടെ അച്ഛന്റെ ഏകാന്തത പരിപൂർണ്ണമാവും. എല്ലാവരും ഉണ്ടായിട്ടും ആരുമില്ലാത്തവരെപ്പോലെ ജീവിക്കേണ്ട അവസ്ഥ അതികഠിനമാണ്.

ഭാര്യമാർ നഷ്ടപ്പെടുന്ന പുരുഷന്മാരെ സമാധാനിപ്പിക്കാൻ, അവർക്കൊരു ആശ്വാസം പകരാൻ ഏറ്റവും അടുത്ത കുടുംബക്കാർ പോലും ഒരു പരിധിക്കപ്പുറം തയ്യാറാവില്ല.

ഒരു സ്ത്രീ തന്റെ ഭർത്താവിനെ ആശ്രയിക്കുന്നതിനേക്കാൾ ഒരുപാട് ഇരട്ടി ഒരു പുരുഷൻ തന്റെ ഭാര്യയെ നിത്യജീവിതത്തിൽ ആശ്രയിക്കുന്നുണ്ട്. പുരുഷന്റെ ആ നഷ്ടം നികത്താൻ മറ്റാർക്കും സാധ്യവുമല്ല." അബു പറഞ്ഞു.

മാതൃത്വം

"**എ**ന്റെ വിവാഹാലോചനകൾ നടക്കുമ്പോൾ വീട്ടുകാർക്കുണ്ടായിരുന്ന ഏറ്റവും വലിയ നിബന്ധന പുയ്യാപ്ലടെ കൂടെ എനിക്ക് സ്ഥിരമായി നിൽക്കാനുള്ള സാഹചര്യം ഉണ്ടാവണം എന്നാണ്. അത് നാട്ടിൽ ആയാലും വിദേശത്തായാലും. അതിനൊരു കാരണവുമുണ്ട്. മൂത്ത താത്തയുടെ മംഗലം കഴിഞ്ഞിട്ട് ഏഴു കൊല്ലവും, രണ്ടാമത്തെ താത്താടെ മംഗലം കഴിഞ്ഞിട്ട് നാലു കൊല്ലവും ആയി. രണ്ടുപേർക്കും മക്കളില്ല. രണ്ടുപേരുടെ പുയ്യാപ്ലമാരും ബഹ്റൈനിൽ ആയിരുന്നു. മൂത്ത അളിയൻ അഞ്ച് കൊല്ലത്തിന് ശേഷവും കുഞ്ഞളിയൻ മൂന്ന് കൊല്ലത്തിന് ശേഷവും ഇപ്പോൾ നാട്ടിൽ സ്ഥിരമായി.

എന്റെ കാര്യത്തിലും അങ്ങനെ സംഭവിക്കുമോ എന്ന ഭയം ഉണ്ട് എല്ലാർക്കും. മക്കൾ ഉണ്ടാവാത്തതിലുള്ള താത്തമാരുടെ ചില നേരത്തുള്ള മനോവേദന പറയുന്നത് കേട്ടാൽ നിക്കും സങ്കടം വരും. മക്കൾ ഇല്ലാത്തതിനെക്കാൾ വിഷമം പുറത്തു പോകുമ്പോഴും തക്കാരങ്ങളിൽ പങ്കെടുക്കുമ്പോഴുമെല്ലാം ഉള്ള ആളുകളുടെ ചോദ്യങ്ങളാണ്.

"ഇതുവരെ മക്കളൊന്നും ആയില്ലേ? ആർക്കാ കുഴപ്പം? ചികിത്സ ഒന്നും നടത്തിയില്ലേ? രണ്ടാൾക്കും മക്കളില്ലാത്തതുകൊണ്ട് പാരമ്പര്യമായിരിക്കും. അങ്ങനെ ആണെങ്കിൽ മൂന്നാമത്തോൾക്കും കുട്ട്യേള് ഉണ്ടാവാൻ സാധ്യത കുറവായിരിക്കും" എന്നെല്ലാം ഒരു ദയയും കൂടാതെ മുഖത്ത് നോക്കി പറയും പലരും. ചില തക്കാരങ്ങളിൽ നിന്നെല്ലാം ഭക്ഷണംപോലും കഴിക്കാതെ താത്തമാർ ഇറങ്ങിപ്പോരുന്നത് കണ്ടിട്ട് സങ്കടം തോന്നിയിട്ടുണ്ട്. അന്നേ മനസ്സിൽ ഞാനും തീരുമാനിച്ചു ഒരുമിച്ച് ജീവിക്കാൻ കഴിയുന്ന പുയ്യാപ്ലനെ മാത്രമേ ഞാൻ മംഗലം കഴിക്കൂ എന്ന്." നസ്രിയ പറഞ്ഞു.

ജീവിതത്തിൽ മക്കൾ ഒരു അനുഗ്രഹമാണ്. സമയത്തിനുതന്നെ മക്കൾ ഉണ്ടാവുന്നതാണ് കുടുംബജീവിതത്തിലെ വലിയൊരു സന്തോഷം. ഒരു സമയം കഴിഞ്ഞിട്ടും മക്കൾ ഉണ്ടാവാതിരുന്നാൽ

പിന്നെ നസ്രിയ പറഞ്ഞതുപോലെയുള്ള ആധിയായിരിക്കും മനസ്സിൽ. മക്കൾ ഉണ്ടാവാത്തവർക്ക് എങ്ങനെയെങ്കിലും ഒരു കുട്ടി ജനിക്കുക എന്നതാണ് ചിന്ത. ജനിച്ച കുട്ടിക്ക് എന്തെങ്കിലും വൈകല്യങ്ങൾ ഉണ്ടെന്നറിഞ്ഞാൽ പിന്നെ അത് നേരെ ആവുന്നതുവരെ മാതാപിതാക്കളുടെ ചിന്ത അതിനെക്കുറിച്ച് മാത്രമാണ്.

“ദാമ്പത്യജീവിതത്തിലെ ഏറ്റവും സുന്ദരമുഹൂർത്തം ഭാര്യ ഗർഭിണിയാണ് എന്നറിയുന്ന നിമിഷങ്ങളാണ്. സ്വപ്നം കാണാൻ തുടങ്ങുന്നത് അപ്പോൾ മുതലാണ്. ഒരു പുരുഷായുസ്സിലെ അവിസ്മരണീയ മുഹൂർത്തങ്ങളാണവ. വിശിഷ്യാ പ്രവാസികളിൽ.”

“അതിലുമുണ്ടോ പ്രവാസി പ്രാതിനിധ്യം?” അബുവിന്റെ സംസാരത്തെ ഖണ്ഡിച്ചുകൊണ്ട് നസ്രിയ ചോദിച്ചു.

സന്തോഷമായാലും സങ്കടമായാലും ഏറ്റവും പ്രിയപ്പെട്ടവരിലോ പ്രിയപ്പെട്ട ഇടങ്ങളിലോ അത് സംഭവിക്കുമ്പോൾ അതിൽ നേരിട്ട് പങ്കാളിയാവണമെന്ന് ആഗ്രഹിക്കുന്നവരാണ് പ്രവാസികൾ. എന്നാൽ നേരിട്ടുള്ള പങ്കാളിത്തം സാധ്യമല്ലാത്തതുകൊണ്ട് തന്റെ മനസ്സുകൊണ്ട് അവർ അതിൽ പങ്കുചേരും. നേരിട്ടുള്ള സാന്നിധ്യത്തേക്കാൾ തീവ്രമാണത്.

അഷ്റഫിന്റെ രണ്ടാമത്തെ മകൻ റയ്യാനാണ്.

റയ്യാന്റെ ജന്മം കൊണ്ട് ലഭിച്ചൊരു മാറ്റമുണ്ട് പിതാവെന്ന അദ്ദേഹത്തിന്റെ ജീവിതത്തിൽ. ചിന്തകളിൽ മാറ്റങ്ങൾ വരുത്തിയിട്ടുണ്ട് ആ ജന്മം. പുതിയ തിരിച്ചറിവുകളും പുതിയ പാഠങ്ങളും നല്കിയിട്ടുണ്ടത്. പുതിയ പ്രതീക്ഷകളും വഴിത്തിരിവുകളും നല്കിയിട്ടുണ്ട്. എല്ലാ മാതാപിതാക്കളെയുംപോലെ റയ്യാനെ ഗർഭം ധരിച്ചത് മുതൽ അവരും ഒരുപാട് സ്വപ്നങ്ങൾ കണ്ടിരുന്നു. വളരെ പ്രതീക്ഷയിലും സന്തോഷത്തിലുമായിരുന്നു അവർ അവന്റെ പിറവിയെ കാത്തിരുന്നത്. ഫോൺകോളിലൂടെയും കത്തുകളിലൂടെയും അവർ പരസ്പരം പ്രതീക്ഷകൾ പങ്കുവെക്കുകയും ചെയ്തു കൊണ്ടിരുന്നു.

നാട്ടിലേക്കുള്ള ഫോൺ കോളുകൾക്ക് ഉയർന്ന ചാർജ് ആയിരുന്നു അന്നെല്ലാം. വിശദമായി കാര്യങ്ങൾ അറിയാനും അറിയിക്കാനും കത്ത് എഴുത്തായിരുന്നു ഏറ്റവും പ്രായോഗിക മാർഗ്ഗം. ആഴ്ചയിൽ ഒരു കത്ത് അങ്ങോട്ടും ഇങ്ങോട്ടും എത്തിയിരിക്കും. നാട്ടിൽനിന്നും ആരെങ്കിലും വരുന്നുണ്ടെങ്കിലും നാട്ടിലേക്ക് പോകുന്നുണ്ടെങ്കിലും ഓരോ കത്തുകൾ കൊടുത്ത് വിടും. ഇന്നത്തെ വീഡിയോ കോളുകൾക്കുപോലും കിട്ടാത്തൊരു സുഖം ആ കത്തുകൾ പ്രതീക്ഷിച്ചുള്ള ഇരിപ്പിലും, കത്തുകൾ വന്നാൽ അത് തുറന്നുള്ള വായനകളിലും അതിനുള്ള മറുപടി എഴുത്തിലുമെല്ലാം ലഭിച്ചിരുന്നു.

മകനായാലും മകളായാലും നൽകേണ്ട പേരിനെക്കുറിച്ചും ചെയ്യേണ്ട കർമ്മങ്ങളെക്കുറിച്ചുമെല്ലാം തീരുമാനങ്ങൾ എടുത്ത് ഡോക്ടർ നിർദ്ദേശിച്ച ദിവസത്തിനായി ആവേശത്തോടെ അവർ കാത്തിരുന്നു. ഷാഹിയെ ലാബർ റൂമിലേക്ക് കയറ്റുന്നതുവരെ അവളുമായി അവൻ നിരന്തരം സംസാരിച്ചു.

"പ്രസവത്തോട് അടുക്കുന്ന സമയങ്ങളിൽ ഏതൊരു സ്ത്രീയും തന്റെ ഭർത്താവിന്റെ സാമീപ്യവും തലോടലും ആഗ്രഹിക്കും" എന്ന് ഷാഹി പല തവണ അവനെ ഓർമ്മിപ്പിച്ചിട്ടുണ്ട്. അത് ലഭിക്കാത്തതിലുള്ള അവളുടെ വേദനയും സങ്കടവും അവൾ അവനോട് പങ്കുവെച്ചിട്ടുണ്ട്. പ്രവാസിയാവേണ്ടി വന്നതിൽ സ്വയം ശപിച്ചിട്ടുള്ള സന്ദർഭങ്ങൾ ആണ് അതെല്ലാം. പ്രസവിക്കുന്നത് അവളായാലും വേദന അനുഭവിക്കുന്നത് അവനായിരുന്നു. ആ സന്തോഷവാർത്ത കേൾക്കാനുള്ള ഫോൺ കോളിനായി ജോലിക്ക് പോലും പോവാതെ അന്നവൻ അക്ഷമനായി കാത്തിരുന്നു.

ജൂൺ 10ന് രാവിലെ ജ്യേഷ്ഠൻ ഷാജുക്കാടെ ഫോൺ കോളിലൂടെ പ്രവാസജീവിതത്തിലെ ആ അവർണ്ണനീയനിമിഷത്തിന് കാതുകൾ സാക്ഷിയായി. അവൻ പിറന്നിരിക്കുന്നു. ആഴക്കടലിൽ നിന്നും അലതല്ലി വന്ന തിരമാലപോലെ നിമിഷങ്ങളുടെ ആയുസ്സേ ആ സന്തോഷത്തിന് ഉണ്ടായിരുന്നുള്ളൂ.

മാസങ്ങളോളമായി ആവേശത്തോടെ ഒന്നിനെ പ്രതീക്ഷിച്ചിരുന്നിട്ടും അതിനെക്കുറിച്ച് ആകാശംമുട്ടെ സ്വപ്നങ്ങൾ നെയ്തിരുന്നിട്ടും നമ്മുടെ കണക്കുകൂട്ടലുകൾക്ക് വിപരീതമായി അത് സംഭവിച്ചു കഴിഞ്ഞാൽ പിന്നെ ആ നിമിഷം മുതൽ മനസ്സ് ആ പ്രശ്ന പരിഹാരത്തിനായി സഞ്ചരിക്കുന്ന ചില ഇടങ്ങളുണ്ട്. ഒരുപക്ഷേ അന്നുവരെ നമ്മുടെ ചിന്തകളിലോ ആലോചനകളിലോ ഒരിക്കൽ പോലും വരാത്തതായിരിക്കും അത്. അന്നുവരെ ഉണ്ടായിരുന്ന എല്ലാ ചിന്തകളേയും മാറ്റിക്കൊണ്ട് മനസ്സിനെ അത് പരിപൂർണ്ണമായും കീഴടക്കും. ഉറക്കവും മനസ്സിന്റെ ഏകാഗ്രതയും അത് നഷ്ടപ്പെടുത്തും. അന്നുവരെ നമ്മൾ കൈകാര്യം ചെയ്തിരുന്ന എല്ലാ വിഷയങ്ങളെയും അസ്ഥാനത്താക്കി അത് ഒന്നാംസ്ഥാനം കീഴടക്കും.

മുച്ചുണ്ട് (cleft lips) എന്ന വൈകല്യത്തോടെ ഒരു മകൻ ജനിച്ചിരിക്കുന്നു. അന്നുവരെ കേൾക്കാത്തതോ, അല്ലെങ്കിൽ പലപ്പോഴും കേട്ടിട്ടും എനിക്ക് ബാധിക്കാത്തതാണല്ലോ എന്ന ചിന്തയിൽ ശ്രദ്ധിക്കാതിരുന്നതോ ആയ ഒരു വൈകല്യം. പലപ്പോഴും മനുഷ്യർ അങ്ങനെയാണ്. തനിക്ക് നേരിട്ട് ബാധിക്കുന്നതുവരെ പല കാര്യത്തിലും അവർ അജ്ഞർ ആയിരിക്കും. മറ്റെല്ലാ ചിന്തകളും

മാറ്റിവെച്ച് മുച്ചുണ്ടിനെക്കുറിച്ചും അതിനുള്ള ചികിത്സയെക്കുറിച്ചും അറിയാനുള്ള ശ്രമത്തിലായി പിന്നീടുള്ള ഓരോ നിമിഷവും.

പ്രതീക്ഷയോടെ താൻ കാത്തിരുന്നത് അവനെയായിരുന്നില്ല. വൈകല്യത്തോടെ ജനിക്കുന്ന മക്കളെ ഓർത്ത് ദുഃഖിക്കുന്ന മാതാപിതാക്കളുടെ മാനസികാവസ്ഥ അന്നവൻ അനുഭവിച്ചറിയുകയായിരുന്നു. മറ്റൊരു ദുഃഖത്തോടും ഉപമിക്കാൻ കഴിയാത്തതാണത് എന്നവൻ തിരിച്ചറിഞ്ഞത് അന്നാണ്.

കുറേ മണിക്കൂറുകൾക്കു ശേഷമാണ് ഷാഹിയുമായി അവന് ഫോണിലൂടെ സംസാരിക്കാൻ കഴിഞ്ഞത്.

എങ്ങനെ തനിക്ക് അവളെ സമാധാനിപ്പിക്കാൻ കഴിയുമെന്ന് അവനൊരു പിടിയുമുണ്ടായിരുന്നില്ല. അവളുമായി സംസാരിക്കുമ്പോൾ ഉപയോഗിക്കേണ്ട വാക്കുകൾക്കുവേണ്ടി അവൻ പ്രയാസപ്പെടുകയായിരുന്നു. വാക്കുകളെ വാചകങ്ങളാക്കി കൂട്ടിച്ചേർക്കുന്നതിനിടയിൽ പലയിടത്തും അത് മുറിഞ്ഞുപോയി. ആ മുറിച്ചിൽ പലപ്പോഴും ഗദ്ഗദങ്ങൾ ആയിമാറി. അവളുടെ പല ചോദ്യങ്ങൾക്കു മുമ്പിലും ഉത്തരം കിട്ടാതെ അവൻ പകച്ച് നിന്നു.

പെറ്റ കുഞ്ഞിന് മുലപ്പാൽ ഒരു തുള്ളി നേരിട്ട് കൊടുക്കാൻ കഴിയാതെയും ദിവസങ്ങൾ നീണ്ട പ്രത്യേക പരിശീലനം നേടിയതിനുശേഷം വീർത്ത് കെട്ടുന്ന മുലയെ മുഴുവൻ പിഴിഞ്ഞെടുത്ത് അതിൽ നിന്നും അല്പം മാത്രമെടുത്ത് ഒരു പ്രത്യക തരം ഫീഡിങ്ങ് ബോട്ടിലിൽ നിറച്ചും ബാക്കിയുള്ളത് കളഞ്ഞും പാലൊഴിച്ച ബോട്ടിൽ അണ്ണാക്കിലേക്ക് തള്ളി വെച്ച് കൊടുക്കുമ്പോൾ, അല്പമൊന്ന് അനങ്ങിയാൽ കൊടുക്കുന്ന മുലപ്പാൽ മൂക്കിലൂടെയും കാതുകളിലൂടെ പോലും പുറത്തേക്ക് വരുന്നത് കാണേണ്ടി വന്നവളുടെയും അവളുടെ തേങ്ങലുകൾക്ക് ദിനവും കാതങ്ങൾക്ക് ഇപ്പുറമിരുന്ന് കാതുകൾകൊണ്ട് സാക്ഷിയാവേണ്ടി വന്നവന്റെയും ദിനരാത്രങ്ങൾ.

സൂക്ഷിക്കാതെ സംഭവിച്ചതായിരിക്കുമെന്ന ഗ്രാമീണ ശാസ്ത്രജ്ഞരുടെ കണ്ടെത്തലുകൾക്ക് നിസ്സഹായതയോടെ കാതോർക്കേണ്ടി വന്ന നിമിഷങ്ങൾ. അത് കേട്ട് കണ്ണീർ പൊഴിക്കേണ്ടി വന്നവളുടെ ഗദ്ഗദങ്ങൾ കാതിൽ തുളച്ച് കയറിയ എണ്ണിയാൽ ഒതുങ്ങാത്ത ഫോൺ കോളുകൾ കൊണ്ട് ഉറക്കം നഷ്ടപ്പെട്ട രാവുകൾ. ചികിത്സയ്ക്ക് ലക്ഷങ്ങൾ പൊടിക്കേണ്ടി വരും എന്ന വാക്കുകൾ കൊണ്ട് ആത്മസായൂജ്യം കണ്ടെത്തുന്ന ചില ബന്ധുമിത്രാദികൾ. തൊട്ടടുത്തുണ്ടായിട്ടും കുഞ്ഞിനെ ഒരുനോക്ക് കാണാൻ പോലും തയ്യാറാവാതെ 'തനിക്കിതൊന്നും കാണാൻ കഴിയില്ല' എന്ന ക്ലീഷേയിലൂടെ മാറി നിന്നവർ.

പിന്നീട് കുറേ ദിവസങ്ങൾ അവൾക്കു ഫോൺ ചെയ്യാൻ പോകുന്നതിനേക്കാൾ മുമ്പേ അവളോട് സംസാരിക്കേണ്ടതിനെക്കുറിച്ച് തയ്യാറെടുപ്പ് നടത്തുമായിരുന്നു അവൻ. അവൾ ചോദിക്കാൻ സാധ്യതയുള്ള ചോദ്യങ്ങൾക്കുള്ള മറുപടികൾ മുൻകൂട്ടി കണ്ടെത്തുമായിരുന്നു. ഗ്രാമീണരായിട്ടുള്ള നാട്ടുകാരിൽ പലർക്കും തന്റെ മകൻ ഒരു കൗതുകവസ്തുവായി മാറി. നാട്ടുകാരിൽ ചിലർ അവരുടെ യുക്തിക്കനുസരിച്ചുള്ള പല വിശദീകരണങ്ങളും അവനെക്കുറിച്ച് അവളോട് പറഞ്ഞുകൊണ്ടിരുന്നു. ഇതെല്ലാം അവളുടെ മാനസികനിയന്ത്രണം നഷ്ടപ്പെടുന്നിടത്തോളം എത്തുമായിരുന്നു.

എപ്പോഴും അവൾ അവനോട് ചോദിക്കുമായിരുന്നു 'ഇതിനു മാത്രം എന്ത് തെറ്റാണ് ഞാൻ ദൈവത്തോട് ചെയ്തിട്ടുള്ളത്' എന്ന്. അപ്പോഴെല്ലാം അവളെ സമാധാനിപ്പിക്കാൻ ഒരുപാട് കഷ്ടപ്പെടുമായിരുന്നു അവൻ.

"ദൈവം കൂടുതൽ ഇഷ്ടപ്പെടുന്നവരെ കൂടുതൽ പരീക്ഷിച്ചുകൊണ്ടിരിക്കും, പക്ഷേ ദൈവം കയ്യൊഴിയുകയില്ല. ദൈവത്തിന്റെ പരീക്ഷണങ്ങളെ ക്ഷമാപൂർവ്വം സഹിച്ചവർക്ക് മാത്രമേ നാളെ പരലോകത്ത് അവന്റെ സ്വർഗ്ഗം ലഭിക്കുകയുള്ളൂ" എന്നെല്ലാം അവളോട് പറയുമായിരുന്നു.

"ഇതിനേക്കാൾ വലുത് വന്നാലും നമ്മൾ സഹിക്കണ്ടേ. ഇത് പരിഹാരമുള്ള പ്രശ്നമാണ്, ഏഴോ എട്ടോ ഓപ്പറേഷനുകൾ കൊണ്ട് പരിഹരിക്കാവുന്ന പ്രശ്നം. എന്നാൽ പരിഹരിക്കാൻ പറ്റാത്ത പ്രശ്നമായിരുന്നുവെങ്കിലോ? ചികിത്സിച്ച് ഭേദമാക്കാൻ കഴിയാത്ത വൈകല്യങ്ങളോടെ ദിനംപ്രതി എത്രയോ കുഞ്ഞുങ്ങൾ പിറക്കുന്നു. അതിൽനിന്നെല്ലാം ദൈവം നമ്മെ രക്ഷിച്ചില്ലേ?"

അവളെ സമാധാനിപ്പിക്കാൻ വേണ്ടി അവൻ കണ്ടെത്തിയ വാക്കുകളായിരുന്നു ഇതെല്ലാം.

"ഏതൊരമ്മയും താൻ ഗർഭം ചുമന്നു പ്രസവിച്ച കുട്ടി തന്റെ അമ്മിഞ്ഞ നുകരുമ്പോൾ അനുഭവിക്കുന്ന അനുഭൂതിയിലൂടെ മറക്കുന്നു ആ പ്രസവത്തിനു വേണ്ടി താൻ അനുഭവിച്ച ത്യാഗങ്ങളെല്ലാം. മാത്രവുമല്ല അവൻ അത് നുകർന്നാലേ അവന് ആ അമ്മയോട് സ്നേഹമുണ്ടാവുകയുള്ളൂ." എന്ന് പറഞ്ഞിട്ട് ഉടനെ അവൾ കരഞ്ഞു പറയുന്നു, "അതിനുപോലും ദൈവം എനിക്ക് അവസരം നൽകിയില്ലല്ലോ" എന്ന്.

ഉത്തരം കിട്ടാത്ത ഇതുപോലത്തെ ചോദ്യങ്ങൾ അവൾ തന്നോട് ചോദിക്കുമ്പോൾ ഫോൺ ക്ലിയർ ആവുന്നില്ല എന്ന് പറഞ്ഞു കട്ട് ചെയ്യുമായിരുന്നു അവൻ. പക്ഷേ ഇവിടെയെല്ലാം ഒരു മാതാവിന്റെ വലുപ്പം അവൻ അനുഭവിച്ചറിയുകയായിരുന്നു. ഒരു കുട്ടിയും

മാതാവും തമ്മിലുള്ള ബന്ധത്തിന്റെ ആഴം അറിയുകയായിരുന്നു. ആ ബന്ധത്തിനു പകരംവെക്കാൻ മറ്റൊന്നുമില്ല ഈ ലോകത്ത് എന്ന് അവൻ അനുഭവിച്ചറിഞ്ഞത് അവിടെ വെച്ചായിരുന്നു. ഒരു പുരുഷായുസ്സു മുഴുവൻ മാതാവിനെ സേവിക്കാൻ വേണ്ടി സമർപ്പിച്ചാലും ഒന്നുമാകില്ല ആ അമ്മ സഹിച്ച ത്യാഗത്തിനു മുന്നിലെന്നു അവൻ ഉൾകൊള്ളുകയായിരുന്നു.

ജനിച്ച ആറ് മാസത്തിലും പിന്നീട് ഓരോ വയസ്സ് തികയുന്ന അന്നും അവന്റെ ഓപ്പറേഷനുകൾ തീരുമാനിക്കപ്പെട്ടു. ഓരോ തവണ അവനെ ഓപ്പറേഷൻ തിയ്യേറ്ററിലേക്ക് കൊണ്ടുപോകുവാൻ നഴ്സുമാർ വരുമ്പോഴും മാതാപിതാക്കൾക്ക് അവരുടെ മക്കളോടുള്ള സ്നേഹത്തിന്റെയും വാത്സല്യത്തിന്റെയും ആഴം അവൻ കണ്ടു. അറ്റമില്ലാത്തതാണ് അത് എന്നും ഒരു അളവുകോല് കൊണ്ടും അതിന്റെ വലുപ്പം അളക്കാൻ കഴിയുകയില്ല എന്നും അവന് ബോധ്യമായി. ഒരു സംവിധാനത്തോടും അതിനെ ഉപമിക്കാനും സാധ്യമല്ല.

കയ്യിൽ നിന്നും തന്റെ കുഞ്ഞിനെ നഴ്സുമാർ വാങ്ങുമ്പോൾ ഹൃദയം പൊട്ടി മരിക്കുമോ താനെന്ന് അവന് തോന്നിയിട്ടുണ്ട്. ആവശ്യപ്പെടുന്നത് തന്റെ ശരീരത്തിലെ ഒരു ഭാഗമായിരുന്നുവെങ്കിൽ, നിറഞ്ഞമനസ്സോടെ താനത് മുറിച്ചു നൽകുമായിരുന്നു തന്റെ മകൻ അനുഭവിക്കേണ്ട ആ വേദനയ്ക്ക് പകരമായി. അപ്പോഴും താനനുഭവിക്കുന്ന വേദന അവളെ അറിയിക്കാതിരിക്കാൻ ഒരുപാട് ശ്രദ്ധിച്ചുകൊണ്ടേയിരുന്നു അവൻ. അത് താങ്ങാൻ മാത്രമുള്ള മാനസികശേഷിയെല്ലാം അവളിൽനിന്നും നഷ്ടപ്പെട്ടിരുന്നു. എല്ലാവരെയും എപ്പോഴും ആശ്വസിപ്പിക്കുന്ന താൻ, തന്നെ ആശ്വസിപ്പിക്കാൻ ഒരാളെ തിരയുകയായിരുന്നു.

ഇടവിട്ട് നടക്കുന്ന ഓപ്പറേഷനുകൾ ഓരോന്നും അവന്റെ മുഖച്ഛായ മാറ്റാൻ തുടങ്ങി. എല്ലാ പ്രവാസികളെയുംപോലെ പ്രവാസത്തിലെ ഉത്സവമായ നാട്ടിൽപോക്ക് അവന്റെ ഓപ്പറേഷൻ തിയ്യതികൾക്കനുസരിച്ച് ക്രമപ്പെടുത്തിയത് ഏഴ് തവണയാണ്. ഓരോ തവണയും ലീവിന് നാട്ടിലെത്തിയ രണ്ടാംനാൾ അവനുമായി ആശുപത്രിയിൽ എത്തി അഡ്മിറ്റായി, രണ്ടോ മൂന്നോ ദിവസത്തിനകം അവന്റെ ഓപ്പറേഷൻ കഴിഞ്ഞ് പത്തോ പതിനഞ്ചോ ദിവസം ആശുപത്രിയിലും വരാന്തയിലും കിടന്ന് ഡിസ്ചാർജായി വീട്ടിൽ വന്ന് മൂന്നോ നാലോ ദിവസത്തിനുള്ളിൽ വീർത്ത് കെട്ടിയ മുറിവുണങ്ങാത്ത അവന്റെ കവിളിൽ മുത്തം നൽകി പ്രവാസത്തിലേക്ക് തിരിച്ചു പറക്കുമ്പോഴും അവന്റെ മുഖത്തും അവന്റെ സംസാരത്തിലും വരാൻ സാധ്യതയുള്ള മാറ്റങ്ങളെക്കുറിച്ച് മാത്രം സ്വപ്നങ്ങൾ കണ്ടു. അങ്ങനെ ഒരു വർഷത്തിൽ തനിക്ക് ലഭിക്കുന്ന ഒരു മാസത്തെ ലീവിൽ ഇരുപതോ ഇരുപത്തഞ്ചോ ദിവസം അവന്റെ

ആശുപത്രി കാര്യങ്ങൾക്കും ചികിത്സകൾക്കും മാത്രമായി മാറ്റി വെച്ചു.

വലുതാവും തോറും ഓപ്പറേഷൻ എന്നാൽ റയ്യാനും ഒരു ആവേശമായി മാറി. ഓരോ തവണ ചെക്കപ്പിന് ചെല്ലുമ്പോഴും ഓപ്പ റേഷൻ തിയ്യതി അവൻ ഡോക്ടറോട് ചോദിക്കാൻ തുടങ്ങി. അവന്റെ ഓരോ വളർച്ചയും അവർക്ക് ആവേശമായി മാറി.

നാലാംവയസ്സിൽ ആദ്യമായി റയ്യാനെ സ്കൂളിൽ ചേർക്കാൻ ചെന്നപ്പോൾ, പല കാരണങ്ങൾ പറഞ്ഞ് പരിചയക്കാരനായ പ്രിൻ സിപ്പാൾ അഡ്മിഷൻ വൈകിപ്പിച്ചു. മറ്റ് കുട്ടികളുടെ കൂടെ റയ്യാനെ ഇരുത്തിയാൽ ആ കുട്ടികളുടെ ആത്മവീര്യം നഷ്ടപ്പെടുമെന്ന് ഭയന്ന് മനപ്പൂർവ്വം അദ്ദേഹം അഡ്മിഷൻ നല്കാതിരുന്നതായിരുന്നു എന്ന് പിന്നീട് അറിഞ്ഞു. എങ്കിൽ ഏതെങ്കിലും സ്പെഷ്യൽ സ്കൂളുകളിൽ അഡ്മിഷൻ നോക്കായിരുന്നില്ലേ എന്ന ഉപദേശം നൽകി അടു ത്തറിയുന്ന ചിലർ.

ബിഎഡ് കാരിയായ ഷഹി ജോലിക്ക് പോലും ശ്രമിക്കാതെ അവന്റെ ലോകത്തേക്ക് മാത്രമായി ഒതുങ്ങി. സമപ്രായക്കാരുടെ കളിയാക്കലും അതിൽനിന്നും ഉണ്ടാവാൻ സാധ്യതയുള്ള ആത്മ വിശ്വാസമില്ലായ്മയും അവനെ ഉൾവലിയാൻ പ്രേരിപ്പിച്ചേക്കാം എന്ന വിദഗ്ധ അഭിപ്രായങ്ങൾ, അവനിലുള്ള ചെറിയ കഴിവുകളെ പ്പോലും പ്രോത്സാഹിപ്പിക്കാൻ അവരെ പ്രേരിപ്പിച്ചു. വഴക്ക് പറഞ്ഞോ ശിക്ഷിച്ചോ പിന്തിരിപ്പിക്കേണ്ട പല കുസൃതികൾ അവനിൽ കണ്ടാലും അവനെ നെഞ്ചോട് ചേർത്തുതന്നെ പിടിച്ചു.

മറ്റൊരു സ്കൂളിൽ ചേർത്ത ആദ്യകാലങ്ങളിൽ റയ്യാന്റെ മുഖത്തെ വൈകൃതത്തെ കൂട്ടുകാർ കളിയാക്കുന്നു എന്ന പരാതിയായിരുന്നു അവന്. അത് കേൾക്കുമ്പോൾ ഷഹി മാറി നിന്ന് പൊട്ടിക്കരയു കയും ചിലപ്പോഴൊക്കെ സ്കൂളിൽ ചെന്ന് അധ്യാപകരോട് പരാതി പ്പെടുകയും നിയന്ത്രണം വിട്ട് കയർത്ത് സംസാരിക്കുകയും ചെയ്യു മായിരുന്നു. കുടുംബത്തിൽനിന്നും റയ്യാന് ലഭിച്ച ആ പിന്തുണയും പ്രോത്സാഹനവുമായിരിക്കാം പഠിക്കുന്ന വിദ്യാലയങ്ങളിൽ കലാ കായികമത്സരങ്ങളിൽ പങ്കെടുത്ത് സമ്മാനങ്ങൾ നേടുവാനും ചെറു പ്രായത്തിൽതന്നെ മുൻനിര പത്രങ്ങളിലെയും ദൃശ്യമാധ്യമങ്ങളി ലെയും വാർത്താപ്രാധാന്യമുള്ള ഒരു ഫുട്ബാൾ മാന്ത്രികനായി മാറുവാനും അവനെ ഇടയാക്കിയത്.

റയ്യാന്റെ രണ്ടാമത്തെ ഓപ്പറേഷൻ നടന്നത് അവൻ ജനിച്ച് കൃത്യം ആറുമാസം തികയുന്ന അന്നായിരുന്നു. പതിവുപോലെ അവനെയും കൂട്ടി അവർ അന്ന് ഹോസ്പിറ്റലിൽ പോയി അഡ്മിറ്റായി. തൊട്ട ടുത്ത ബെഡ്ഡിലും ഉണ്ടായിരുന്നു റയ്യാന്റെപോലെ ഓപ്പറേഷൻ

ചെയ്യുവാൻ വടകരയിൽനിന്നും വന്നിട്ടുള്ള അവന്റെ അതേ പ്രായമുള്ള ഒരു കുട്ടി.

ആ കുട്ടിയുടെ കൂടെയുള്ള സ്ത്രീയുമായി കൂടുതൽ പരിചയപ്പെട്ടപ്പോഴാണ് ഞെട്ടിക്കുന്ന ആ വിവരം അവർ അറിഞ്ഞത്. അത് ആ സ്ത്രീയുടെ ആദ്യത്തെ കുട്ടിയായിരുന്നു. പ്രസവവിവരം അറിഞ്ഞ് നാട്ടിൽ ഉണ്ടായിരുന്ന ഭർത്താവ് ആശുപത്രിയിലേക്ക് ഓടിയെത്തിയിരുന്നു. ജനിച്ചത് ഈ ഒരു വൈകല്യത്തോടെയുള്ള കുട്ടിയാണ് എന്നറിഞ്ഞ നിമിഷം ആശുപത്രിയിൽ നിന്നും ഇറങ്ങിപ്പോയതാണ് അയാൾ. പിന്നീട് ആ കുട്ടിയെ കാണുവാൻ വരികയോ അവരോട് ബന്ധപ്പെടാൻ ശ്രമിക്കുകയോ ചെയ്തിട്ടില്ല. ഇപ്പോൾ വിവാഹബന്ധം വേർപ്പെടുത്താനുള്ള ശ്രമത്തിലാണ് അയാൾ.

വൈകല്യമുള്ള ഒരു കുട്ടിയെ പ്രസവിക്കുന്നതിലൂടെ ആ സ്ത്രീ അനുഭവിക്കുന്ന മാനസികപ്രയാസം തിരിച്ചറിയാൻ കഴിയാത്ത, ആ പ്രസവത്തിന്റെ പേരിൽ തന്റെ ഭാര്യയെ കുറ്റപ്പെടുത്താനും വിവാഹമോചനം നൽകുവാനും ശ്രമിക്കുന്ന ഒരു ഭർത്താവ്.

ആലോചിക്കുമ്പോൾ മനസ്സ് വീണ്ടും വീണ്ടും അസ്വസ്ഥമായിക്കൊണ്ടിരുന്നു.

റയ്യാൻ എന്ന രജിസ്റ്ററിലെ പേര് മാറ്റി റയ്യാൻ ബിൻ അഷ്റഫ് എന്നാക്കി തന്റെ മകനെ കൂടുതൽ തന്നോട് ചേർത്തുവെച്ചുകൊണ്ടായിരുന്നു ആ മാനസിക അസ്വസ്ഥതയ്ക്ക് അഷ്റഫ് പരിഹാരം കണ്ടെത്തിയത്.

റയ്യാന്റെ ജനനംകൊണ്ട് അവർ അനുഭവിച്ച പ്രയാസങ്ങൾക്ക് പതിന്മടങ്ങായി സന്തോഷം അവൻ ഇന്നാ കുടുംബത്തിലേക്ക് കൊണ്ടുവരുമ്പോൾ, ഏതോ ഒരു രാവിൽ തങ്ങൾ ഒരുമിച്ച് കണ്ട ഒരു ദുസ്സ്വപ്നം മാത്രമായിരുന്നു ആ നാളുകൾ എന്ന് കരുതാനാണ് ഇന്നവർക്കിഷ്ടം.

അബു പറഞ്ഞ് നിർത്തി.

* * *

"**ചാ**യയാണോ കാപ്പിയാണോ വേണ്ടത്?" എയർഹോസ്റ്റസ് അടുത്ത് വന്ന് ചോദിച്ചു.

"കാപ്പി മതി." നസ്രിയതന്നെ ഓർഡർ കൊടുത്തു.

സംസാരത്തിൽ ഇടവേള വരാതിരിക്കാൻ നസ്രിയ പ്രത്യേകം ശ്രദ്ധിക്കുന്നുണ്ടായിരുന്നു. സ്നാക്സും ചായയും കുടിച്ച് തീരുമ്പോഴേക്കും അവൾ എന്തൊക്കയോ ചോദിക്കുവാനും അബു പറയുവാനും തുടങ്ങി.

പ്രവാസം

“എന്റെ മൂത്ത സഹോദരൻ ഒരു ബിടെക്കാരനാണ്. രണ്ട് തവണ ദുബായിൽ വിസിറ്റിങ്ങിൽ പോയി. പല സ്ഥാപനങ്ങളിലും ജോലിക്ക് കയറിയെങ്കിലും അവയൊന്നും അവനു മനസ്സിന് ബോധിച്ചില്ല. തിരിച്ച് പോന്ന്, ഇപ്പോൾ ബാംഗ്ലൂരിൽ ഒരു ഐറ്റി കമ്പനിയിൽ ജോലി ചെയ്യുകയാണ്. ഇതുവരേക്കും അവൻ മംഗലം കഴിച്ചിട്ടില്ല.” നസ്രിയ പറഞ്ഞു.

ഗൾഫ് ഒരു ഭാഗ്യപരീക്ഷണ ഭൂമിയാണ്. അവിടെ എത്തിയ ഉടനെ ഉദ്ദേശിച്ചപോലെ നല്ല ശമ്പളത്തോടെ ജോലിയിൽ പ്രവേശിക്കുക യെന്നാൽ അതൊരു ഭാഗ്യവുമാണ്. ഉയർന്ന വിദ്യാഭ്യാസത്തോ ടെയും ഒരുപാട് സർട്ടിഫിക്കറ്റുകളുടെ അകമ്പടിയോടെയും ജോലി തേടി വരുന്ന എത്ര പേരാണ് നല്ലൊരു ജോലി കിട്ടാതെ, കിട്ടിയ ജോലി എടുത്ത് തുച്ഛം ശമ്പളത്തിൽ ഈ പ്രവാസ ഭൂമിയിൽ കഴിഞ്ഞുകൂടുന്നത്. ചിലർ പെട്ടെന്ന് തങ്ങളുടെ ഇഷ്ടജോലി കണ്ടെ ത്തുകയും ലക്ഷ്യം കരസ്ഥമാക്കുകയും ചെയ്യും. ചിലർക്ക് തങ്ങൾ ഉദ്ദേശിച്ചത് കണ്ടെത്താൻ കുറേസമയം പിടിക്കും. പ്രാരബ്ധവും സാമ്പത്തിക പ്രതിസന്ധിയുമെല്ലാം കൂടുതൽ അനുഭവിക്കുന്നവർ എന്തു ജോലി കിട്ടിയാലും അതിൽ പിടിച്ചുനിൽക്കുകയും ചെയ്യും. ഒരു പാക്കറ്റ് ചിപ്സും രണ്ട് തോർത്തുമുണ്ടും സ്വന്തമായൊരു പാസ്പോർട്ടും കൊണ്ടുവന്ന് ഈ മരുഭൂമിയിൽ ഭാഗ്യപരീക്ഷണ ങ്ങൾകൊണ്ട് പ്രവാസജീവിതം തുടങ്ങിയവരാണ് ഇന്ന് നാട്ടിൽ കാണുന്ന ലക്ഷപ്രഭുക്കൾ ആയിട്ടുള്ള പ്രവാസികളിൽ ഭൂരിഭാഗം പേരുമെന്ന് പ്രവാസികൾ പരസ്പരം തമാശയിലൂടെ പറയുന്ന ഒരു യാഥാർത്ഥ്യമാണ്.

എച്ച് ആറിൽ ജോലി ചെയ്യുമ്പോൾ വ്യത്യസ്തമായ പല അനു ഭവങ്ങളും പല ജോലി അന്വേഷകരിൽനിന്നും ഉണ്ടാവാറുണ്ട്. തനിക്കുതന്നെ ആ ജോലി ലഭ്യമാക്കി തരണം എന്ന് പേഴ്സനലി വന്ന് റിക്വസ്റ്റ് ചെയ്യുന്നവരെയും കണ്ടിട്ടുണ്ട്.

ഇന്റർവ്യൂന് നന്നായി പെർഫോം ചെയ്തോളൂ. നിങ്ങൾക്കു തന്നെ ഈ ജോലി ലഭിക്കും എന്നാണ് അവരോടൊക്കെ പറയാറുള്ളത്.

താൻ ഈ ജോലി ചെയ്യാൻ പ്രാപ്തനാണെന്നും മറ്റുള്ളവരേക്കാൾ യോഗ്യനാണെന്നും വളരെ ചുരുങ്ങിയൊരു സമയത്തിനുള്ളിൽ ഇന്റർവ്യൂ ബോർഡിനെ ബോധ്യപ്പെടുത്തുകയാണ് ജോലി ആവശ്യാർത്ഥം ഇന്റർവ്യൂ ബോർഡിന്റെ മുന്നിൽ വന്നിരിക്കുന്ന ഓരോ ജോലി അന്വേഷകന്റെയും ലക്ഷ്യം. അത് ഏറ്റവും വ്യക്തവും കൃത്യവുമായി ചെയ്തു എന്ന് ബോർഡിന് തോന്നുന്നത് ആരെയാണോ അവരെയാണ് ബോർഡ് ആ ഒഴിവിലേക്ക് സെലക്ട് ചെയ്യുന്നത്. അതുകൊണ്ടാണ് പലപ്പോഴും വിദ്യാഭ്യാസയോഗ്യത പലതും ഉണ്ടായിട്ടും പലരും പലയിടങ്ങളിൽനിന്നും പിന്തള്ളപ്പെടുന്നതും യോഗ്യത കുറഞ്ഞവർ പരിഗണിക്കപ്പെടുന്നതുമെല്ലാം.

ഒരിക്കൽ ഇന്റർവ്യൂ ബോർഡിനെ ശരിക്കും ഞെട്ടിച്ച ഒരാളായിരുന്നു സിബിൻ മാത്യു. ഫിനാൻഷ്യൽ കൺട്രോളറുടെ ഒഴിവിലേക്കായിരുന്നു അന്ന് ഇന്റർവ്യൂ നടന്നത്. എംകോമും എംബിഎയുമുള്ള സിബിൻ മാത്യു അടക്കം 12 പേരാണ് അന്ന് ഇന്റർവ്യൂന് പങ്കെടുത്തത്. സാധാരണ ഇന്റർവ്യൂ കഴിഞ്ഞാൽ ആരെ സെലക്ട് ചെയ്യണം എന്ന കാര്യത്തിൽ ചില ആശയക്കുഴപ്പങ്ങൾ ബോർഡിന് ഉണ്ടാവാറുണ്ടെങ്കിലും അന്നത് ഉണ്ടായില്ല. ബോർഡിലെ മൂന്നുപേരും ഒരേ സ്വരത്തിൽ പറഞ്ഞു സിബിൻ മാത്യു സെലക്റ്റഡ് എന്ന്.

ആ കമ്പനിയുടെ തുടക്കം മുതൽ ഫിനാൻസ് കൈകാര്യം ചെയ്തിരുന്നത് സയ്യദ് ഷെഹബാസായിരുന്നു. പതിനെട്ട് വർഷത്തെ തന്റെ സേവനം മതിയാക്കി അദ്ദേഹം നാട്ടിലേക്ക് മടങ്ങുന്ന ഒഴിവിലേക്കായിരുന്നു സിബിൻ മാത്യു സെലക്റ്റ് ചെയ്യപ്പെട്ടത്.

ജോലിയിൽ പ്രവേശിച്ച് പതിനഞ്ച് ദിവസത്തെ ഓൺ ബോർഡിങ്ങ് കഴിഞ്ഞപ്പോൾതന്നെ സിബിൻ തന്റെ ജോലിയിലെ പ്രാവീണ്യം കമ്പനിയെ ബോധ്യപ്പെടുത്തുകയും മാനേജ്മെന്റിന്റെ സ്വീകാര്യത നേടുകയും ചെയ്തിരുന്നു. നാട്ടിലും കോയമ്പത്തൂരുമായി പല പ്രമുഖ കമ്പനികളിലും ഫിനാൻസ് കൈകാര്യം ചെയ്ത് പരിചയസമ്പത്തുള്ള സിബിനെപ്പോലെ ഒരാൾക്ക് എളുപ്പത്തിൽ കൈകാര്യം ചെയ്യാനുള്ള ജോലി മാത്രമേ ആ കമ്പനിയിൽ ഉണ്ടായിരുന്നുള്ളൂ എന്നതാണ് യാഥാർത്ഥ്യം.

"അതെന്താ ഓൺ ബോർഡിങ്ങ്?" നസ്രിയ ചോദിച്ചു.

"ഓൺ ബോർഡിങ്ങ് ഒരു എച്ച്.ആർ. റിലേറ്റഡ് പ്രോഗ്രാം ആണ്. പുതുതായി ഒരു സ്ഥാപനത്തിൽ ജോലിക്ക് പ്രവേശിക്കുന്ന

വ്യക്തികൾ ഒരുപക്ഷേ മുമ്പ് പല സ്ഥാപനങ്ങളിലും ജോലി ചെയ്ത് പരിചയമുള്ളവർ ആയിരിക്കാം. എന്നിരുന്നാലും ഓരോ സ്ഥാപനവും തുടർന്ന് പോരുന്ന അവരുടേതായ ചില രീതികളും നിയമങ്ങളും ഉണ്ടാവും. അത് പുതുതായി ജോയിൻ ചെയ്ത വ്യക്തിയെ പഠിപ്പിക്കുന്ന ഒരു സംവിധാനമാണ് ഓൺ ബോർഡിങ്ങ്.

എത്ര നല്ല വൃക്ഷത്തൈകൾ ആണെങ്കിലും പറിച്ച് നടുമ്പോൾ പുതിയ മണ്ണിൽ വേരോടുന്നത് വരെ ആ വൃക്ഷത്തിന് കൊടുക്കേണ്ട ചില പ്രത്യേക പരിഗണനയും ശ്രദ്ധയുമില്ലേ, അതാണ് എച്ച് ആറിലെ ഓൺ ബോർഡിങ്ങ് പ്രോഗ്രാം.

തന്റെ അളിയൻ സിബിയെ വിസിറ്റിങ്ങ് വിസയിൽ കൊണ്ടുവന്ന് വളരെ പെട്ടെന്നുതന്നെ ഉദ്ദേശിച്ചപോലെ ഒരു ജോലിയിൽ കയറ്റാൻ കഴിഞ്ഞതിലുള്ള സന്തോഷത്തിലാണ് തോമസ്. കെഎഫ്സി വാങ്ങി റൂമിൽ പാർട്ടി നടത്തിയാണ് തോമസ് അന്ന് ആ സന്തോഷം കൂടെ താമസിക്കുന്നവരുമായി പങ്കുവെച്ചത്.

നാട്ടിൽനിന്നും ഒരാളെ കൊണ്ടു വന്ന്, ഇവിടെ എത്തിയ ഉടനെ തന്നെ നല്ലൊരു ജോലി നേടിക്കൊടുക്കാൻ സാധിക്കുമ്പോൾ ആ കൊണ്ടുവന്ന ആൾ അനുഭവിക്കുന്ന ഒരു സന്തോഷമുണ്ട്. പ്രവാസ ജീവിതത്തിൽ മാത്രം കാണുന്ന സന്തോഷങ്ങളിൽ ഒന്നാണത്.

അന്നാണ് സയ്യദ് ഷെഹബാസിന് കമ്പനി യാത്രയയപ്പ് നൽകുന്നതും സിബിൻ മാത്യു ഔദ്യോഗികമായി ജോലി ഏറ്റെടുക്കുന്നതും.

രാവിലെ കൃത്യം ഒമ്പത് മണിക്ക് തന്നെ കമ്പനി കോൺഫറൻസ് റൂമിൽ സ്റ്റാഫുകൾ എല്ലാം ഒത്തുകൂടി. ഓരോ സ്റ്റാഫും സയ്യദ് ഷെഹ് ബാസുമായി ജോലി സംബന്ധമായും വ്യക്തിപരമായും ഉണ്ടായിരുന്ന ബന്ധങ്ങളെക്കുറിച്ച് ഓർമ്മകൾ പങ്കുവെച്ച് സംസാരിച്ചു. ജിഎം, അദ്ദേഹത്തിന്റെ ഓർമ്മകൾ പങ്കുവെക്കുന്നതിനിടയിൽ ഇടയ്ക്കൊക്കെ തൊണ്ട വരണ്ട് ശബ്ദം പുറത്തുവരാതെ പ്രയാസപ്പെടുന്നുണ്ടായിരുന്നു.

അവസാനം സയ്യദ് ഷെഹ്ബാസ് എഴുന്നേറ്റ് നിന്ന് സംസാരിക്കാൻ തുടങ്ങി. കഴിഞ്ഞ ഇരുപത് കൊല്ലത്തെ ഗൾഫു ജീവിതവും അതിൽ പതിനെട്ട് കൊല്ലത്തെ ഈ കമ്പനിയിലെ ജീവിതവും അദ്ദേഹം ഓർമ്മിച്ചെടുത്തു പറഞ്ഞു.

കണക്കുകൾ കൂട്ടി ജീവിക്കുന്ന വിട്ടുവീഴ്ചയില്ലാത്ത ഒരു കണക്ക് പിള്ളയുടെ തെറ്റാത്ത കണക്കുകളുടെ ഒരു പുസ്തകവായനയായിരുന്നു അത്. ഒരു മണിക്കൂറോളം നീണ്ട അദ്ദേഹത്തിന്റെ സംസാരത്തിൽ ചിലപ്പോഴൊക്കെ കണ്ഠമിടറുന്നതും കണ്ണുകൾ നിറയുന്നതും കാണാമായിരുന്നു. പ്രവാസത്തിലേക്ക് പ്രവേശിക്കുന്നവർക്കുള്ള ഒരു

മാർഗ്ഗദർശനം കൂടിയായിരുന്നു ആ സംസാരം. സിബിൻ മാത്യുവിന്റെ മുഖത്തേക്ക് മാത്രം നോക്കിയായിരുന്നു അദ്ദേഹത്തിന്റെ സംസാരത്തിന്റെ അവസാന പതിനഞ്ച് മിനിറ്റ്.

“ഞാൻ ഇവിടെ വഹിച്ചിരുന്ന എല്ലാ ഉത്തരവാദിത്തങ്ങളും ഇന്നു മുതൽ അങ്ങോട്ട് സിബിൻ മാത്യുവാണ് വഹിക്കാൻ പോകുന്നത്. സിബി കഴിവുള്ള പയ്യനാണ്. എന്നാൽ ഏറ്റെടുക്കുന്ന ഉത്തരവാദിത്തം വളരെ വലുതാണ് എന്ന തിരിച്ചറിവ് അവന് ഉണ്ടാവണം. സൂക്ഷ്മതയാണ് ഏറ്റവും കൂടുതൽ പുലർത്തേണ്ടത്, ജോലിയിലും ജീവിതത്തിലും.

നമ്മൾ ഏറ്റെടുക്കുന്ന ഉത്തരവാദിത്തം സത്യസന്ധമായി ചെയ്തു തീർക്കണം. ഇടയ്ക്കിടെ നമ്മൾ സ്വയം വിലയിരുത്തിക്കൊണ്ടിരിക്കണം. നമ്മുടെ കുറവുകളും വീഴ്ചകളും മറ്റുള്ളവരേക്കാൾ മുമ്പേ തിരിച്ചറിയേണ്ടതും മറ്റുള്ളവർ അത് തിരിച്ചറിയുന്നതിനേക്കാൾ മുമ്പേ പരിഹരിക്കേണ്ടതും നമ്മൾ തന്നെയാണ്. ചെയ്യുന്ന ജോലി എത്ര കാഠിന്യമുള്ളത് ആണെങ്കിലും അത് ആസ്വദിച്ച് ചെയ്യാൻ ശ്രമിക്കുക. എങ്കിൽ അതിൽ ആയാസം കണ്ടെത്താൻ നമുക്ക് കഴിയും.

ഇവിടെ നമ്മൾ ചിലവഴിക്കുന്ന ഓരോ നിമിഷവും നമ്മുടെ ആയുസ്സിൽനിന്നും കുറഞ്ഞുകൊണ്ടിരിക്കുന്നു എന്നും ജീവിതത്തിലെ ഒരിക്കലും തിരിച്ചു കിട്ടാത്ത ഏറ്റവും പ്രധാനപ്പെട്ട സമയങ്ങളാണ് ഇവിടെ ചിലവഴിക്കുന്നത് എന്നുമുള്ള ബോധം എപ്പോഴും നമുക്ക് ഉണ്ടാവണം. നാളെ ചെയ്യേണ്ടത് ഇന്നുതന്നെ ചെയ്യണം, ഇന്ന് ചെയ്യേണ്ടത് ഇപ്പോൾ തന്നെയും.

ഇത് പ്രവാസ മഭൂമിയാണ്. ഇവിടുത്തെ ജോലിയും താമസവും ആർക്കും സ്ഥിരമുള്ള ഒന്നല്ല. ഇന്ന് ഇവിടെ കാണുന്നവരെ നാളെ നമ്മുടെ കൂട്ടത്തിൽ കാണണമെന്നില്ല. ജോലി നഷ്ടപ്പെട്ടോ മറ്റൊരു ജോലിയിൽ പ്രവേശിച്ചോ പ്രവാസം ഉപേക്ഷിച്ചോ അവർ ഇവിടെനിന്നും പോയിട്ടുണ്ടാവും. നമ്മൾ ഇന്ന് ക്ലോസ് ചെയ്തു പോകുന്ന ഫയൽ ഒരുപക്ഷേ നാളെ തുറക്കുന്നത് മറ്റൊരാളായിരിക്കും. അത് ആര് തുറന്നാലും തുറക്കുന്ന വ്യക്തിക്ക് അല്പം പോലും അവ്യക്തത ഇല്ലാത്തവണ്ണം കൈകാര്യം ചെയ്യാൻ കഴിയുന്ന തരത്തിൽ കൃത്യവും വ്യക്തവുമായിരിക്കണം അത്.

പ്രവാസം എന്നത് ഒരു പ്രയാസം തന്നെയാണ്. അത് അനായാസമാക്കേണ്ടത് നമ്മളാണ്. ഒരു വർഷം പ്രവാസിയായി ജീവിച്ചാൽ കിട്ടുന്ന സമ്പാദ്യംകൊണ്ട്, രണ്ട് വർഷമെങ്കിലും നാട്ടിൽ ജീവിക്കാൻ നമുക്ക് കഴിയണം. എങ്കിലേ നാടും കുടുംബവും ഒഴിവാക്കി നമ്മൾ സഹിക്കുന്ന ഈ ഏകാന്തതയ്ക്ക് പകരമാവുകയുള്ളൂ.

തന്റെ ചിന്തകളോടും അഭിപ്രായങ്ങളോടും തുറന്നു സംവദിക്കാൻ കഴിയുന്നവരുടെ, പ്രയാസങ്ങളോട് അനുഭാവം പ്രകടിപ്പിക്കുന്നവരുടെ, സന്തോഷങ്ങളോട് പങ്കുചേരാൻ കഴിയുന്നവരുടെ, വികാരവിചാരങ്ങളെ ഉൾകൊള്ളാൻ കഴിയുന്നവരുടെ ഒരിടം കണ്ടെത്തുമ്പോൾ മാത്രമേ പ്രവാസഭൂമിയിലേക്ക് പ്രവേശിക്കുന്നവരുടെ ആദ്യപ്രതിസന്ധിക്ക് പരിഹാരമാവുന്നുള്ളൂ.

കിട്ടുന്ന ശമ്പളത്തെ മൂന്നായി വീതിക്കണം. അതിൽ ഒന്ന് കുടുംബകാര്യങ്ങൾക്കും രണ്ടാമത്തേത് വ്യക്തിപരമായ കാര്യങ്ങൾക്കും ഉപയോഗിക്കണം. മൂന്നാമത്തേത് ഭാവിയിൽ വരുമാനം ലഭിക്കുന്ന ഒന്നിൽ നിക്ഷേപിക്കുകയും വേണം. എത്ര വലിയ സാമ്പത്തിക പ്രശ്നങ്ങൾ മുന്നിൽ വന്നാലും ആ മൂന്നാമത്തെ വിഹിതം പിൻവലിക്കുകയോ അതെടുത്ത് ഉപയോഗിക്കുകയോ ചെയ്യരുത്. ഈ ഗൾഫ് ജീവിതം ഒഴിവാക്കി പോകുന്ന സമയത്ത് വരുമാനം ലഭിക്കുന്ന നിലയിൽ സുരക്ഷിതമായ ഒന്നിൽ ആയിരിക്കണം അത് നിക്ഷേപിക്കേണ്ടത്. ഒരിക്കലും ശാശ്വതമല്ല നമ്മുടെ ഈ ജീവിതവും നമ്മൾ വഹിക്കുന്ന ഈ ഉത്തരവാദിത്തങ്ങളും എന്ന യാഥാർത്ഥ്യബോധം നമ്മൾക്ക് എപ്പോഴും ഉണ്ടാവണം. പ്രവാസംകൊണ്ട് ജീവിതം നഷ്ടപ്പെട്ടവരുടെ കൂട്ടത്തിൽ ആവരുത് നമ്മൾ, ജീവിത വിജയം കൈവരിച്ചവരുടെ കൂട്ടത്തിൽ തന്നെയാവണം.

പ്രവാസംകൊണ്ട് ആയുസ്സും ആരോഗ്യവും നഷ്ടപ്പെട്ടവരുടെ ഒരുപാട് കഥകൾ നമ്മൾ കേട്ടിട്ടുണ്ട്. ആ കഥകളിൽ നിന്നും പാഠം ഉൾക്കൊണ്ടായിരിക്കണം പുതിയ പ്രവാസികൾ പ്രവാസത്തെ സ്വീകരിക്കേണ്ടത്. ആരോഗ്യകരമായ ഭക്ഷണം, വ്യായാമം, ഉറക്കം, ഇവയുടെ കുറവാണ് പല പ്രവാസികളെയും ഇന്ന് നിത്യരോഗികളാക്കി മാറ്റിയത്. പ്രവാസജീവിതംകൊണ്ട് സാമ്പത്തിക അഭിവൃദ്ധി നേടിയവർ പോലും ശാരീരിക, മാനസിക പ്രയാസങ്ങൾകൊണ്ട് ഞെരുക്കം അനുഭവിക്കുന്നവരാണ്."

നിറകണ്ണുകളോടെയാണ് സയ്യദ് ഷെഹ്ബാസ് സംസാരം നിർത്തിയത്.

അന്ന് ജോലി കഴിഞ്ഞ് റൂമിൽ എത്തിയ സിബിൻ മാത്യു ആരോടും മിണ്ടാൻ താല്പര്യം കാണിക്കാതെ ബെഡിൽ ചെന്നു കിടന്നു. റൂമിലുള്ളവർ എന്തെങ്കിലും ചോദിക്കുമ്പോൾ മറുപടിയൊന്നും പറയാതെ എന്തൊക്കയോ ചിന്തിച്ച് കിടക്കുന്നതാണ് കണ്ടത്. പുതിയ ജോലി ഏറ്റെടുത്തതിലുള്ള മാനസിക പ്രയാസമോ ഉത്തരവാദിത്തബോധമോ ആയിരിക്കുമെന്നും രണ്ടു ദിവസം കഴിഞ്ഞാൽ ശരിയായിക്കൊള്ളുമെന്നും സഹമുറിയന്മാർ പരസ്പരം പറഞ്ഞു.

പിറ്റേദിവസം രാവിലെ തോമസ് ചെന്നു വിളിച്ചപ്പോഴാണ് അവൻ ജോലിക്ക് പോകാൻ വേണ്ടി എഴുന്നേറ്റത്.

സുഖമില്ലേയെന്നു ചോദിച്ചപ്പോഴും അവൻ മറുപടിയൊന്നും പറഞ്ഞില്ല.

ഓഫീസിൽ എത്തിയപ്പോൾ, സീറ്റിൽ ഇരിക്കാതെ അസ്വസ്ഥ നായി പുറത്തേക്കും അകത്തേക്കും നടക്കുന്ന സിബിയെ ജി എം ശ്രദ്ധിച്ചിരുന്നു.

അന്നും റൂമിൽ എത്തിയ ഉടനെ അവൻ ആരോടും മിണ്ടാതെ ബെഡ്ഡിൽ കയറി കിടന്നു. ഒന്നും മിണ്ടാനോ ചോദിക്കുന്നതിന് മറുപടി പറയാനോ സിബി തയ്യാറായില്ല. ആർക്കും ഒരുപിടിയും കിട്ടുന്നുണ്ടായില്ല.

അടുത്ത ദിവസം അവൻ ജോലിക്ക് പോകുവാൻതന്നെ തയ്യാ റായിരുന്നില്ല. എന്തെങ്കിലും ചോദിക്കുന്നവരോട് വളരെ ദേഷ്യ ത്തിലും അക്രമാസക്തമാവുന്ന നിലയിലും പെരുമാറാൻ തുടങ്ങി. എല്ലാവരും കൂടെ ഒരുപാട് നിർബന്ധിച്ചപ്പോഴാണ് അവൻ അന്ന് ജോലിക്ക് പോകുവാൻ തയ്യാറായത്.

ഉച്ചയായപ്പോൾ ജിഎമ്മിന്റെ കോൾ വന്നു.

“എന്തുപറ്റി സിബിക്ക്? ഇന്നലെ മുതൽ അവൻ ഒരു ജോലിയും ചെയ്യുന്നില്ല. അവന്റെ സീറ്റിൽ ഇരിക്കുകപോലും ചെയ്യുന്നില്ല. എത്ര ചോദിച്ചിട്ടും ഒരു മറുപടിയും തരുന്നില്ല. എന്തെങ്കിലും സാമ്പത്തിക പ്രശ്നം ആണെങ്കിൽ നമുക്ക് പരിഹരിക്കാവുന്നതേയുള്ളൂ. അവ നോടു ചോദിക്ക് എന്താണ് പ്രശ്നമെന്ന്.”

ആമിർ നവാസ് ഓഫീസിൽ എത്തുമ്പോഴേക്കും സിബിൻ ഓഫീ സിൽ നിന്നും റൂമിലേക്ക് തിരിച്ചു പോയിരുന്നു. എത്ര വിളിച്ചിട്ടും അവൻ ഫോൺ എടുക്കുന്നുണ്ടായിരുന്നില്ല. ഒരു മണിക്കൂറിനു ശേഷം ആമിർ റൂമിൽ എത്തിയപ്പോൾ അവൻ അവന്റെ ബെഡ്ഡിൽ കിടക്കുന്നുണ്ടായിരുന്നു. അവന്റെ കിടപ്പ് കണ്ടപ്പോൾ ആമിർ ശരിക്കും ഞെട്ടിപ്പോയി. പിറന്ന കോലത്തിലായിരുന്നു അവന്റെ കിടപ്പ്.

“എന്തുപറ്റി നിനക്ക്, എന്തേ നീ വസ്ത്രമൊന്നും ഇല്ലാതെ കിട ക്കുന്നേ?”

ബെഡ്ഡിൽ ഉണ്ടായിരുന്ന പുതപ്പ് അവന്റെ മേലേക്ക് വലിച്ച് ഇട്ടു കൊണ്ട് ആമിർ ചോദിച്ചു.

കമിഴ്ന്നു കിടന്നിരുന്ന സിബിൻ ആമിറിന്റെ ചോദ്യം കേട്ട ഉടനെ തല മുകളിലേക്ക് ഉയർത്തി ആമിറിനെ ഒന്ന് നോക്കി.

സിബിയുടെ കണ്ണുകളിൽനിന്നും അഗ്നി ജ്വലിക്കുന്നതായി ആമിറിന് തോന്നി. ഒരിക്കൽപോലും ആരിലും ആ നോട്ടം അതു വരെ ആമിർ കണ്ടിട്ടില്ല. ഏത് നിമിഷവും അക്രമാസക്തനാവാൻ സാധ്യതയുള്ള ഒരു മാനസികരോഗിയുടെ ഭാവമുണ്ടായിരുന്നു ആ കണ്ണുകളിൽ. റൂമിൽ പിന്നെ അവനോട് കൂടെ തനിച്ചു നിൽക്കാൻ തന്നെ ആമിർ ഭയപ്പെട്ടു. ഉടനെതന്നെ പുറത്തേക്കിറങ്ങി. കുറേ നേരം ആമിർ തന്റെ വണ്ടിയിൽ വന്നിരുന്നു.

എന്തുപറ്റി ഇവന്? തോമസിനെ വിളിച്ച് എന്ത് പറയും? എന്താ യാലും തോമസ് റൂമിൽ വന്നതിനു ശേഷം പറയാം എന്ന് തീരു മാനിച്ചു.

ജോലിയെല്ലാം കഴിഞ്ഞു വൈകീട്ട് ഫ്ളാറ്റിൽ തിരിച്ചെത്തു മ്പോൾ കൂടെ താമസിക്കുന്നവർ എല്ലാം ഫ്ളാറ്റിന് പുറത്തു നിൽപ്പു ണ്ടായിരുന്നു. ആമിറിനെ കണ്ടതോടെ, എല്ലാവർക്കും പറയാനുണ്ടാ യിരുന്നത് തനിക്കുണ്ടായ അതേ അനുഭവം തന്നെയായിരുന്നു.

സിബിൻ പരിപൂർണ്ണനഗ്നനായി ബെഡ്ഡിൽ കിടക്കുന്നു. എന്തെ ങ്കിലും ചോദിച്ചാലോ വസ്ത്രം ഉടുപ്പിക്കാൻ ശ്രമിച്ചാലോ ഭീതി പ്പെടുത്തുന്ന രീതിയിൽ കണ്ണെല്ലാം ഉരുട്ടി ചോദിച്ച ആളുടെ നേർക്ക് നോക്കുന്നു. അക്രമിക്കാനെന്നവണ്ണം ബെഡ്ഡിൽനിന്നും ചാടി എഴു ന്നേൽക്കുന്നു. എല്ലാവരും ഒരേ സ്വരത്തിലാണ് ഇത് പറഞ്ഞത്. ഉടനെ ഒരു തീരുമാനം എടുത്തേ മതിയാവൂ.

റൂമിൽ കൂടെ താമസിക്കുന്ന രാജേട്ടൻ കുറച്ചു മാറിനിന്നു സ്വകാര്യ മായി പറഞ്ഞു.

“പ്രശ്നം കുറച്ചു ഗൗരവം ഉള്ളതാണ്. തോമസ് പറയുന്നത് അവന്റെ ഭാര്യയുടെ അമ്മയുടെ അച്ഛൻ മാനസികവിഭ്രാന്തിമൂലം വെള്ളത്തിൽ ചാടിയാണ് മരിച്ചത്. ഒരു മാനസികനില തെറ്റിയ വനെപ്പോലെയാണ് ഇപ്പോൾ സിബിൻ പെരുമാറുന്നത്. എന്തെ ങ്കിലും ഇവിടുന്നു സംഭവിച്ചു കഴിഞ്ഞാൽ നമ്മൾ എല്ലാവരും ഉള്ളിൽ പോകേണ്ടിവരും. നീ തന്നെ ജിഎമ്മിനെ പോയി കണ്ട് ഒന്ന് സംസാരിക്കണം. വേണമെങ്കിൽ ഞാനും വരാം, പറ്റുമെങ്കിൽ ഇപ്പോൾതന്നെ പോകാം നമുക്ക്.”

“എന്താ ചെയ്യേണ്ടത്?” തോമസിനോട് ചോദിച്ചു.

“രാജൻ പറഞ്ഞത് തന്നെയാണ് എന്റെയും അഭിപ്രായം.” തോമസ് പറഞ്ഞു.

ആമിറും രാജനും ജിഎമ്മിനെ കാണാൻ അദ്ദേഹത്തിന്റെ ഫ്ളാറ്റിൽ പോയി.

ആമിറിനെ കണ്ടപ്പോഴേ അദ്ദേഹത്തിന് തോന്നി, സിബിയെ സംബന്ധിക്കുന്ന എന്തോ വിഷയമായിട്ടാണ് വരവെന്ന്. മുഖവുരയില്ലാതെതന്നെ അദ്ദേഹം തുടങ്ങി.

"സിബിൻ മാത്യു ഓഫിസിൽ വന്നത് മുതൽ കഴിഞ്ഞ ദിവസം വരെ നല്ല സ്മാർട്ട് ആയിരുന്നു. എല്ലാ ജോലിയും കൃത്യമായി തന്നെ ഉദ്ദേശിച്ചതിനേക്കാൾ വേഗത്തിൽ ചെയ്തുതീർക്കുന്നുണ്ടായിരുന്നു. അതുകൊണ്ടുതന്നെ എനിക്ക് നല്ല താൽപര്യവും തോന്നിയിരുന്നു അവനോട്. പക്ഷേ, കഴിഞ്ഞ രണ്ട് ദിവസമായി ഒന്നിലും ഒരു താൽപര്യവും കാണിക്കുന്നില്ല. ഇന്നാണെങ്കിൽ അവന്റെ കസേരയിൽപോലും അവൻ ഇരുന്നിട്ടില്ല. അതുകൊണ്ട് ഞാൻ തന്നെയാണ് അവനോട് പറഞ്ഞത് സുഖമില്ലെങ്കിൽ റൂമിൽ പോയ്ക്കൊള്ളൂ എന്ന്. അതിനുശേഷമാണ് ഞാൻ നിന്നെ വിളിച്ചത്. ഇപ്പോൾ എന്താ പ്രശ്നം?" സൗമ്യനായി അദ്ദേഹം ചോദിച്ചു.

"അവൻ ഒരു മാനസികവിഭ്രാന്തിയാണ് സർ ഇപ്പോൾ കാണിക്കുന്നത്. അതുകൊണ്ട് റൂമിൽ ഉള്ള എല്ലാവർക്കും നല്ല ഭയമുണ്ട്. നാലാംനിലയിലാണ് ഞങ്ങൾ താമസിക്കുന്നത്. അവൻ എന്തെങ്കിലും ചെയ്തുകഴിഞ്ഞാൽ പിന്നെ എല്ലാവർക്കും ബുദ്ധിമുട്ടല്ലേ?" ആമിർ പറഞ്ഞു നിർത്തി.

"നമുക്ക് ഇപ്പോൾ എന്താ ചെയ്യാൻ കഴിയുക?" ജി എം ചോദിച്ചു.

"ഞങ്ങൾക്ക് തോന്നുന്നത് ഉടനെ നാട്ടിലേക്ക് തിരിച്ചുവിടാമെന്നാണ്." ആമിർ പറഞ്ഞു.

"എങ്കിൽ അങ്ങനെ തന്നെ ചെയ്തോളൂ. പെട്ടെന്നൊരു ടിക്കറ്റ് എടുത്ത് കയറ്റിവിട്ടോളൂ. മറ്റൊരാളെ കിട്ടുന്നത് വരെ സയ്യദ് ഷെഹ് ബാസിന്റെ പോക്ക് നമുക്ക് നീട്ടാം." അല്പം പോലും ചിന്തിക്കാൻ നിൽക്കാതെ ജി എം പറഞ്ഞു.

ഉടനെ ആമിർ നെറ്റിൽ സേർച്ച് ചെയ്തു.

"നാളെ 1.30നുള്ള ഫ്ളൈറ്റിൽ സീറ്റ് ഉണ്ട് സർ, അതെടുക്കട്ടെ?"

"എടുത്തോളൂ." ജി എം പറഞ്ഞു.

ഇറങ്ങാൻ വേണ്ടി എഴുന്നേറ്റപ്പോൾ അദ്ദേഹം ഓർമ്മപ്പെടുത്തി.

"നിങ്ങൾ ഇന്ന് ഉറങ്ങാതെ അവനെ ശ്രദ്ധിക്കണം. രാത്രിയിൽ അവൻ എന്തെങ്കിലും ചെയ്തുപോയാൽ നമുക്കെല്ലാവർക്കും പ്രശ്നമാണ്."

"ശരി സർ." ആമിർ പറഞ്ഞു.

ആമിറും രാജനും എത്തുന്നതും കാത്തു ഫ്ളാറ്റിൽ ഒരുമിച്ച് താമസിക്കുന്ന എല്ലാവരും റൂമിന്റെ പുറത്തുനില്പുണ്ടായിരുന്നു.

“നാളെ 1.30നുള്ള ടിക്കറ്റ് എടുത്തിട്ടുണ്ട്. ഇന്ന് രാത്രി നമുക്ക് എല്ലാവർക്കും ഉറക്കമൊഴിച്ചിരിക്കാം.” രാജൻ പറഞ്ഞു.

“ശരി.” എല്ലാവരും ഒരേ സ്വരത്തിൽ സമ്മതിച്ചു.

തോമസ് പോയി ബാത്റൂമിന്റെ ഉള്ളിലെ ഹൂക് അഴിച്ചെടുത്തു. രാത്രിയിൽ അവൻ ബാത്ത് റൂമിൽ കയറി കതകടച്ച് എന്തെങ്കിലും ചെയ്താലോ.

നാലുപേരും റൂമിന്റെ അകത്തു കയറി വാതിലടച്ച് ചാവി പോക്കറ്റിൽ ഇട്ടു. ഒരു കാരണവശാലും രാത്രിയിൽ സിബിൻ പുറത്തേക്കു പോകരുത് എന്നതുകൊണ്ടുതന്നെ. പുറത്തേക്കുള്ള വിൻഡോ തുറക്കാൻ കഴിയാത്ത നിലയിൽ രാജൻ കട്ടിൽ വിൻഡോട് ചേർത്തിട്ടു.

ആശങ്കയുടെ മുൾമുനയിലൂടെ കടന്നു പോവുകയായിരുന്നു ഓരോ നിമിഷവും. വിവരിക്കൽ അസാധ്യമായ ഒരു രാത്രി. ഒരാൾ ഉറങ്ങുന്നതിനെ നാലുപേർ നാല് ദിശയിൽനിന്നും ഉറക്കമൊഴിച്ചിരുന്ന് വീക്ഷിക്കുന്നൊരു രംഗം. രണ്ടു തവണ മൂത്രമൊഴിക്കാൻ വേണ്ടി സിബിൻ ബെഡ്ഡിൽനിന്നും എഴുന്നേറ്റപ്പോൾ നാലുപേരും ഒപ്പം എഴുന്നേറ്റു. നാലുപേർ ബെഡ്ഡിൽ എഴുന്നേറ്റിരിക്കുന്നത് കണ്ടിട്ടും വിവസ്ത്രനായി ബാത്റൂമിൽ പോയി തിരിച്ചുവന്നു ബെഡ്ഡിൽ കിടന്നു സിബിൻ. ഉറക്കമൊഴിച്ചിരുന്ന് നേരം വെളുപ്പിച്ചു നാലു പേർ. ആറുമണിയായപ്പോൾ ഓരോരുത്തരായി കുളിച്ചു. 7.30 ആയപ്പോൾ സിബിയെ വിളിച്ചുണർത്തി. അവൻ കണ്ണ് തുറന്ന് ഒന്ന് നോക്കി. ഉറക്കത്തിൽനിന്നും എഴുന്നേറ്റതുകൊണ്ടായിരിക്കാം അവന്റെ നോട്ടത്തിൽ മുമ്പത്തെ ആ തീക്ഷ്ണത കണ്ടില്ല.

“എഴുന്നേൽക്കൂ സിബീ, നിനക്ക് ഇന്ന് 1.30ന് നാട്ടിലേക്കുള്ള ടിക്കറ്റ് എടുത്തിട്ടുണ്ട്, 9.30ന് നമുക്ക് റൂമിൽനിന്നും ഇറങ്ങണം.”

കേട്ട ഉടനെ ഒരു അനുസരണയുള്ള കുട്ടിയെപ്പോലെ ബെഡ് ഷീറ്റ് വാരിച്ചുറ്റി അവൻ ബാത്റൂമിലേക്ക് പോയി. അവൻ കുളിക്കുന്ന ശബ്ദം പുറത്തുനിന്നു നാലുപേർ ശ്രദ്ധിച്ചുകൊണ്ടേയിരുന്നു.

കുളിയെല്ലാം കഴിഞ്ഞു സിബിൻ പുറത്തു വന്നു.

“ഞാൻ ഓഫീസിൽ പോയി പാസ്പോർട്ട് വാങ്ങിവരാം. എന്നിട്ടു പോയാൽ മതി എല്ലാവരും ജോലിക്ക്.” ആമിർ പറഞ്ഞു.

ഓഫീസിൽ വളരെ നേരത്തെ തന്നെ ജിഎം എത്തിയിട്ടുണ്ടായിരുന്നു. ആമിറിനെ കണ്ട ഉടനെ സിബിയുടെ പാസ്പോർട്ട് എടുത്ത് അദ്ദേഹം മേശപ്പുറത്ത് വെച്ചു.

“ഇന്നലെ പ്രശ്നമൊന്നും ഉണ്ടായില്ലല്ലോ?” ആകാംക്ഷ നിറഞ്ഞ അദ്ദേഹത്തിന്റെ ചോദ്യം.

"ഇല്ല സർ." ആമിർ പറഞ്ഞു.

പാസ്പോർട്ടുംകൊണ്ട് റൂമിലെത്തി.

സിബിൻ നാട്ടിൽനിന്നും കൊണ്ടുവന്ന ബാഗിൽ അവന്റെ വസ്ത്രങ്ങളും സാധനങ്ങളുമെല്ലാം നിറച്ചു. ആ ബാഗുമെടുത്ത് റൂമിൽനിന്നും ആദ്യം ഇറങ്ങിയത് ആമിർ ആയിരുന്നു. തൊട്ടു പിറകിൽ സിബിയും അതിനു പിറകിൽ തോമസും ഇറങ്ങി. മുസ്തഫയും രാജനും ജോലിക്ക് പോകേണ്ട സമയമായതുകൊണ്ട് അവർ എയർപോർട്ടിലേക്ക് പോയില്ല.

തോമസിന്റെ വണ്ടിയിൽ മൂന്നുപേരും എയർപോർട്ടിലേക്ക് പുറപ്പെട്ടു. രാവിലെ സമയം ആയതുകൊണ്ടുതന്നെ റോഡിൽ നല്ല തിരക്കുണ്ടായിരുന്നു. എന്നാലും എയർപോർട്ട് എത്തുന്നതുവരെ ആരും ഒന്നും മിണ്ടിയിരുന്നില്ല. റേഡിയോ ഓൺ ചെയ്ത് അതിലെ പാട്ടും വാർത്തയുമെല്ലാം കേട്ടായിരുന്നു പോക്ക്.

എയർപോർട്ടിൽ എത്തി ആമിറും സിബിയും വണ്ടിയിൽനിന്നും ഇറങ്ങി. തോമസ് വണ്ടി പാർക്ക് ചെയ്യാൻ പോയി.

"നല്ലൊരു ജോലിയായിരുന്നു നീ ഒഴിവാക്കിയത്. അതൊന്നും പ്രശ്നമില്ല. ഇനിയും ഇതിനേക്കാൾ നല്ലത് കിട്ടും. നാട്ടിൽ എത്തിയാൽ നല്ലൊരു ഡോക്ടറെ കണ്ട് ചികിത്സിക്കണം. അസുഖമെല്ലാം മാറിയാൽ നമുക്ക് നല്ലൊരു ചാൻസ് വേറെ നോക്കാം."

ട്രോളിയിൽ ബാഗ് എടുത്തുവച്ച് തള്ളുന്നതിനിടയിൽ ആമിർ സിബിയോട് പറഞ്ഞു.

എല്ലാം കേൾക്കുന്നുണ്ടെങ്കിലും മറുപടിയൊന്നും പറയാതെ സിബി മുന്നോട്ടുതന്നെ നടന്നു.

ട്രോളി തള്ളി മുന്നോട്ട് നടക്കുന്നതിനിടയിൽ ആമിർ വീണ്ടും പറഞ്ഞു.

"വീട്ടിൽ എത്തുന്നതുവരെ പ്രശ്നമൊന്നും ഉണ്ടാക്കരുത്, വീട്ടിൽ എത്തിയാൽ ഞങ്ങൾക്ക് വിളിക്കണം."

സിബി പെട്ടെന്ന് നടത്തം നിർത്തി ആമിറിനെ ഒന്ന് നോക്കി.

"എന്ത് പ്രശ്നം ഉണ്ടാക്കരുതെന്ന്?" അവൻ ചോദിച്ചു.

ആമിർ തുടർന്നു. "കഴിഞ്ഞ ദിവസങ്ങളിൽ റൂമിൽ വെച്ചു ചെയ്തതുപോലെ വിമാനത്തിൽ ഒന്നും ചെയ്യരുതെന്ന്."

സിബിൻ ആമിറിനെ അവന്റെ അടുത്തേക്ക് കൂടുതൽ ചേർത്തു, എന്നിട്ട് ചോദിച്ചു.

"എന്താണ് സമ്പാദ്യം?"

ആമുഖമില്ലാത്ത സിബിയുടെ ചോദ്യം കേട്ട് ഒരു ഞെട്ടലോടെ തന്നെ ആമിർ അവനെ നോക്കി.

“നാട്ടിലെ നിങ്ങളുടെ ബാങ്ക് ബാലൻസ് എത്രയാണെന്നാണോ ആലോചിക്കുന്നത്?”

ആമിറിന്റെ മുഖത്ത് നിന്നും കണ്ണെടുക്കാതെ വളരെ ഗൗരവത്തിൽ ആയിരുന്നു സിബിയുടെ ചോദ്യം.

ആമിർ നിശ്ശബ്ദനായി നിന്നു.

“മനസ്സിന് സന്തോഷം നല്കുന്നതെന്തോ അതായിരിക്കണം സമ്പാദ്യം. എന്റെ സമ്പാദ്യം സ്വന്തം നാടാണ്.” സിബിൻ തുടർന്നു. “ഈ അന്യനാട്ടിലുള്ള ഒറ്റപ്പെട്ട ജീവിതം നിങ്ങൾക്ക് സന്തോഷം നൽകുന്നുണ്ടോ? ഇന്നത്തേതിനെ ഒഴിവാക്കി നാളത്തെ സന്തോഷത്തെയാണോ നിങ്ങൾ പ്രതീക്ഷയോടെ കാത്തിരിക്കുന്നത്? അത് സംഭവിക്കുമെന്ന് നിങ്ങൾക്ക് ഉറപ്പുണ്ടോ? ഈ നിമിഷത്തെ ഉപയോഗപ്പെടുത്തുക, നാളത്തേക്ക് മാറ്റിവെക്കാതെ അത് ഇപ്പോൾ തന്നെ ആസ്വദിക്കുക. നാളത്തെ അവസരം, അത് നിങ്ങൾക്കുള്ളത് ആയിരിക്കില്ല. ഒരു താത്കാലിക ഭ്രാന്ത്, നിത്യമാനസികരോഗി ആവുന്നതിൽനിന്നും രക്ഷപ്പെടുത്തുമെങ്കിൽ, ഒന്നോ രണ്ടോ ദിവസം അങ്ങനെ അഭിനയിക്കുന്നതിൽ തെറ്റില്ല.”

അവൻ ചിരിച്ചുകൊണ്ട് തുടർന്നു. “എല്ലാത്തിനും നന്ദി. ഇത്രയും പെട്ടെന്ന് എനിക്ക് നാട്ടിൽ എത്താൻ അവസരം ഒരുക്കിത്തന്നതിന് പ്രത്യേകം നന്ദി.” ആമിറിനെ കെട്ടിപ്പിടിച്ച് യാത്ര പറഞ്ഞ് ട്രോളിയും തള്ളി സിബി എയർപോർട്ടിനുള്ളിലേക്ക് നടന്നു.

കാഴ്ച മറയുംവരെ അവനെ നോക്കി ആമിർ നിശ്ചലനായി നിന്നു.

നിസ്സഹായത

"**എ**ന്റെ ചെറുപ്പത്തിൽ എന്റെ വാപ്പയും ഒരു പ്രവാസിയായിരുന്നു. എല്ലാ വർഷവും വാപ്പ നാട്ടിൽ ലീവിന് വരുന്നത് ഞങ്ങൾക്ക് സ്കൂൾ പൂട്ടുന്ന സമയത്തായിരിക്കും. സ്കൂളിലേക്കുള്ള പേന, പെൻസിൽ, റബ്ബർ, കട്ടർ, സ്കൂൾ ബാഗ്, വാട്ടർ ബോട്ടിൽ എല്ലാം വാപ്പ ദുബാ യീന്ന് കൊണ്ടുവരും. വാപ്പ നാട്ടിൽ എത്തിക്കഴിഞ്ഞാൽ പിന്നെ ആ ഒരു മാസം വെറും യാത്രകൾ ആയിരിക്കും. കുടുംബ വീടുകൾ, ബീച്ചുകൾ, അമ്യൂസ്മെന്റ് പാർക്കുകൾ അങ്ങനെ ഓരോ ദിവസം ഓരോ സ്ഥലങ്ങളിലേക്ക് ഞങ്ങളെ കൊണ്ടുപോകും. ലീവ് കഴിഞ്ഞ് വാപ്പ തിരിച്ചു പോകുന്നു എന്ന് കേട്ടാൽ ചെറിയൊരു സങ്കടമൊക്കെ തോന്നുമെങ്കിലും അടുത്ത ക്ലാസിലേക്കുള്ള പുതിയ പെന്നും പെൻ സിലും നല്ല മിഠായികളും വാങ്ങിക്കൊണ്ടുവരാൻ വേണ്ടിയാണല്ലോ വാപ്പ പോകുന്നതെന്ന് ആലോചിക്കുകമ്പോൾ ഒരു സന്തോഷ മൊക്കെ തോന്നും. പിന്നെ വാപ്പാടെ അടുത്ത വരവും പ്രതീക്ഷി ച്ചുള്ള ഇരിപ്പിനും ഒരു പ്രത്യേക സുഖമായിരുന്നു." നസ്രിയ പറഞ്ഞു.

ഒരു പ്രവാസിയുടെ പ്രവാസജീവിതത്തിലെ ഏറ്റവും സന്തോഷം നിറഞ്ഞ മുഹൂർത്തങ്ങൾ നാട്ടിലേക്കുള്ള ഓരോ പോക്കും ആ പോക്കിന് വേണ്ടിയുള്ള തയ്യാറെടുപ്പുകളുമാണ്. ദിവസങ്ങൾക്കും ആഴ്ചകൾക്കും മുമ്പേ തുടങ്ങും ഒരുക്കങ്ങൾ. ഷോപ്പിംഗ് മാളുകൾ കയറി ഇറങ്ങിയുള്ള ഷോപ്പിങ്ങ്. ഓരോ ഷോപ്പിൽ കയറുമ്പോഴും അവിടുന്ന് ഓരോ സാധനങ്ങൾ വാങ്ങുമ്പോഴും മനസ്സിൽ തെളിഞ്ഞ് വരുന്ന നാട്ടിലെ പ്രിയപ്പെട്ടവരുടെ മുഖങ്ങൾ. ആ സാധനങ്ങൾ നാട്ടിൽ കൊണ്ടുപോയി അവർക്ക് കൊടുക്കുമ്പോൾ അവരുടെ മുഖത്ത് വെളിവാകുന്ന സന്തോഷങ്ങളും ആ സന്തോഷങ്ങൾ കാണു മ്പോൾ സ്വയം ലഭിക്കുന്ന സംതൃപ്തിയും. പ്രവാസത്തിലെ സമാ നതകളില്ലാത്ത ചില അനുഭൂതികളാണ്. ടിക്കറ്റ് കൈയിൽ കിട്ടിയ അന്ന് മുതൽ ദിവസങ്ങൾ എണ്ണി കാത്തിരിക്കും. ചിലപ്പോഴൊക്കെ ദിവസങ്ങൾ മുന്നോട്ട് പോകാത്തതായി തോന്നും.

നാട്ടിൽ പോകുന്നതിന്റെ തലേദിവസം റൂമിൽ ഒരു ആഘോഷ മാണ്. കൂട്ടുകാർ എല്ലാവരും കൂടിയായിരിക്കും പെട്ടി കെട്ടുന്നത്. പെട്ടികെട്ടൽ തന്നെ ഒരു കലയാണ്. പരിചയമുള്ളവർ അത് ചെയ്താൽ അത് കാണാനും ഒരു ഭംഗിയാണ്. പെട്ടി കെട്ടുന്ന സമ യത്ത് രസകരമായ ചില അനുഭവങ്ങളും ഉണ്ടാവാറുണ്ട്. പഴയ കീറിയ അണ്ടെർവെയർ, ബനിയൻ പോലെയുള്ള എന്തെങ്കിലുമൊക്കെ പോകുന്ന ആൾ കാണാതെ പെട്ടിയിൽ തിരുകി കയറ്റിവെക്കും. നാട്ടിലെത്തി വീട്ടുകാരുടെ മുന്നിൽ വെച്ച് പെട്ടി തുറക്കുമ്പോഴാ യിരിക്കും ഓരോരുത്തരുടെ വകയായി ഒളിപ്പിച്ചത് ഓരോന്നും പുറത്ത് വരുന്നത്. ചിലപ്പോൾ ആ പഴയ സാധനങ്ങൾ ഭദ്രമായി പൊതിഞ്ഞ് അത് പെട്ടിയിൽ കയറ്റിയവന്റെ വീട്ടിൽ കൊണ്ടുപോയി കൊടുത്ത അനുഭവങ്ങളും ഉണ്ട്.

റൂമിൽനിന്നുള്ള ഇറക്കവും വിമാനം കാത്തുള്ള എയർപോർട്ടിലെ ഇരിപ്പും വിമാനത്തിലുള്ള യാത്രയും വിമാനം നാട്ടിലെ എയർ പോർട്ടിൽ ഇറങ്ങുന്നതും എയർപോർട്ടിന് വെളിയിലും വീട്ടിലും നമ്മളെ പ്രതീക്ഷിച്ച് ഇരിക്കുന്നവരുടെ മുഖം കാണുമ്പോഴുമെല്ലാം കിട്ടുന്ന സുഖം പ്രവാസികൾക്ക് മാത്രം അനുഭവിക്കാൻ കഴിയുന്ന ഒന്നാണ്. കൂടുതൽ കാലവും മക്കളെയും കുടുംബത്തെയും പിരിഞ്ഞ് നിൽക്കുന്നതുകൊണ്ട്, നാട്ടിലെത്തുന്ന സമയങ്ങളിൽ അവരെ എങ്ങനെയെല്ലാം സന്തോഷിപ്പിക്കാം എന്ന് ചിന്തിക്കുന്നവരാണ് പ്രവാസികളിൽ ഭൂരിഭാഗവും.

* * *

മക്കൾ എന്നും ഷാജുക്കാടെ ഒരു ദൗർബല്യമായിരുന്നു. ഓരോ പോക്കിലും അദ്ദേഹം തയ്യാറെടുപ്പുകൾ നടത്താറുള്ളത് തന്റെ മക്കളെ എങ്ങനെയെല്ലാം സന്തോഷിപ്പിക്കാം എന്നതിലായിരുന്നു. നാട്ടിൽ തന്റെ മക്കളുമൊത്തുള്ള ഓരോ നിമിഷവും അദ്ദേഹത്തിന്റെ ജീവിതത്തിലെ അസുലഭനിമിഷങ്ങളായിരുന്നു. പുറത്ത് എവിടെ താൻ പോകുന്നുണ്ടെങ്കിലും മക്കളേയും തന്റെ കൂടെ കൂട്ടുമായിരുന്നു.

ആ തവണ നാട്ടിലെത്തിയപ്പോൾ മക്കളുടെ ആഗ്രഹമായിരുന്നു ഒരു പൾസർ ബൈക്ക് വാങ്ങണം എന്നത്. ഒട്ടും താമസിയാതെ തന്നെ അദ്ദേഹം അത് വാങ്ങി. പിന്നീടുള്ള യാത്രകളെല്ലാം മക്ക ളോടുകൂടെ അവരുടെ ആഗ്രഹങ്ങളും നിർദ്ദേശങ്ങളും അനുസരിച്ച് ആ ബൈക്കിൽ മാത്രമായിരുന്നു. ബൈക്കിൽ സഞ്ചരിച്ച് എത്താൻ കഴിയുന്ന സ്ഥലങ്ങളിലേക്കെല്ലാം ഈ രണ്ട് മാസത്തിനുള്ളിൽ അദ്ദേഹം മക്കളുമായി എത്തിയിരുന്നു. രണ്ടു മാസത്തെ സ്കൂൾ വെക്കേഷനും തന്റെ ആ പ്രാവശ്യത്തെ വരവും അവർ ശരിക്കും ആഘോഷിക്കുകയായിരുന്നു. അറുപത് നാളുകൾ പോയതറിഞ്ഞില്ല.

നാളെ ഖത്തറിൽ ഇറങ്ങിയില്ലെങ്കിൽ തന്റെ വിസയുടെ കാലാവധി തീരും. അതുകൊണ്ട് മുൻകൂട്ടി തീരുമാനിച്ച ആ ദിവസം (ഇന്ന്) ഒട്ടും താൽപര്യമില്ലാതെയാണെങ്കിലും തനിക്ക് തിരിച്ചു പോയേ മതിയാവൂ.

പോക്കിനുള്ള ഒരുക്കങ്ങൾ എല്ലാം പൂർത്തിയായി. പോകുമ്പോൾ വീടിനകത്ത് കയറ്റിവെക്കാൻ വേണ്ടി ബൈക്ക് തുടച്ച് വൃത്തിയാക്കാൻ തീരുമാനിച്ചു. മകൻ ബിലാൽ ആ ദൗത്യം സ്വയം ഏറ്റെടുത്ത് ചെയ്യുന്നുണ്ട്.

“എല്ലാം ക്ലീൻ ചെയ്ത് കഴിഞ്ഞോ ബിലാൽ?” പുറത്ത് നിന്നും വീടിന് അകത്തേക്ക് കയറി വന്ന് ഷാജുക്ക ചോദിച്ചു.

“ആ, എല്ലാം കഴിഞ്ഞു.” ഗ്രീസ് ചെയിനിൽ പുരട്ടുന്നതിനിടയിൽ ബിലാൽ പറഞ്ഞു.

സെന്റർ സ്റ്റാന്റിൽ കയറ്റിവെച്ചിരുന്ന ബൈക്കിന്റെ സെൽഫ് സ്റ്റാർട്ടർ അടിച്ച് ആക്സലേറ്റർ കൂട്ടുന്നതിനിടയിലാണ് അദ്ദേഹം പെട്ടെന്ന് ബിലാലിന്റെ നിലവിളി കേട്ടത്. എന്ത് സംഭവിച്ചു എന്നറിയാതെ ഒരു നിമിഷം പകച്ച് നിന്ന് പോയി. രക്തം ചീറ്റുന്ന കൈകളുമായി തളർന്ന് വീഴുന്ന ബിലാലിനെയാണ് പിന്നെ അവിടെ കണ്ടത്. സൂക്ഷിച്ചു നോക്കിയപ്പോൾ രക്തത്തിൽ അറ്റ് കിടക്കുന്ന ബിലാലിന്റെ രണ്ട് വിരലുകളും കണ്ടു.

ചുറ്റും ഇരുട്ട് പടരുന്നതായി അദ്ദേഹത്തിന് തോന്നി. കണ്ണുകളുടെ കാഴ്ചശക്തി നഷ്ടപ്പെട്ടു പോകുന്നതുപോലെ. എന്ത് ചെയ്യണമെന്നറിയാതെ ഒരു നിമിഷം നിശ്ചലനായി നിന്ന് പോയി. പരിപൂർണ്ണമായും ദുർബ്ബലപ്പെട്ടുകൊണ്ടിരിക്കുന്ന ശരീരത്തിന്റെ ശക്തി തിരിച്ചെടുക്കാൻ അദ്ദേഹം പ്രയാസപ്പെട്ടു. തറയിൽനിന്നും വാരിയെടുത്ത ബിലാലിനെ എന്ത് ചെയ്യണമെന്നറിയാതെ പരിസരം അദ്ദേഹം മറന്ന് നിലവിളിച്ചു. ആരൊക്കയോ ഓടി വന്ന് അദ്ദേഹത്തെയും മകനെയും കാറിൽ കയറ്റി.

ഒരു നിമിഷത്തെ അശ്രദ്ധകൊണ്ട് തന്റെ പൊന്നുമോന്റെ കൈയിലെ രണ്ടു വിരലുകൾ വേർപ്പെട്ടുപോയല്ലോ എന്നോർത്തപ്പോൾ അദ്ദേഹം ഒരു ഭ്രാന്തനായി മാറി. തന്റെ തല അതിശക്തം അദ്ദേഹം കാറിന്റെ ഡോറിൽ ഇടിച്ചു. പോകുന്ന സമയമറിയാൻ ആരോ ഫോണിൽ വിളിച്ചപ്പോൾ, മൊബൈൽ കാറിന്റെ വെളിയിലേക്ക് വലിച്ചെറിഞ്ഞു.

ഒരു വിരൽ മാത്രമേ തുന്നിച്ചേർക്കാൻ സാധിക്കുള്ളോ എന്ന് ഡോക്ടർ പറഞ്ഞപ്പോൾ വീണ്ടും തളർന്നുപോയി അദ്ദേഹം. മൂന്നു മണിക്കൂർ വേണ്ടി വരും ഓപ്പറേഷൻ ചെയ്തു തീരാൻ എന്നും ഡോക്ടർ പറഞ്ഞു. ഓപ്പറേഷൻ തിയ്യറ്ററിലേക്ക് കെട്ടിപ്പൊതിഞ്ഞ

കൈയുമായി കൊണ്ടുപോകുന്ന തന്റെ പൊന്നുമോനെ നിസ്സഹായതോടെ അദ്ദേഹം നോക്കി നിന്നു.

എന്നാൽ തന്റെ മകന്റെ ഓപ്പറേഷൻ കഴിഞ്ഞു പുറത്തു കൊണ്ടുവരുന്നതുവരെ അവിടെ തുടരാൻപോലും അദ്ദേഹത്തിലുള്ള പ്രവാസിക്ക് അനുവാദമില്ലായിരുന്നു. ഒരു മണിക്കൂറിനുള്ളിൽ പുറപ്പെടണം എന്ന്, ഏറ്റവും അടുത്തവർ വന്നു കാതിൽ പറഞ്ഞപ്പോൾ പൊട്ടിക്കരയാനേ ആ പിതാവിന് കഴിഞ്ഞുള്ളൂ.

പണം സമ്പാദിക്കാനുള്ള പ്രവാസി മാത്രമല്ല ഒരു പിതാവും കൂടിയാണ് താനെന്ന സത്യം പലർക്കും മനസ്സിലാക്കാൻ കഴിയാതെ പോയോ എന്നദ്ദേഹം സംശയിച്ചു.

എന്നിലുള്ള പിതാവിനെ ആരും തിരിച്ചറിഞ്ഞില്ലയോ? മജ്ജയും മാംസവുമുള്ള ഒരു പച്ച മനുഷ്യനാണ് ഞാനും എന്ന സത്യം എന്തേ ആരും മനസ്സിലാക്കാതെ പോയി. അതോ എല്ലാവരും മനസ്സിലാക്കിയിട്ടും മനസ്സിലാവാത്ത ഭാവം നടിച്ചതാണോ എന്റെ മുന്നിൽ? പിടയ്ക്കുന്നൊരു മനസ്സുമായിട്ടല്ലേ ഞാനീ യാത്ര പുറപ്പെടുന്നത്. എന്തേ എന്റെ മനസ്സ് കാണാൻ ആരും തയ്യാറായില്ല? ഏറ്റവും അടുത്തവർപോലും ഈ യാത്രയാണ് നിനക്ക് അഭികാമ്യമെന്ന് ഉപദേശിക്കുമ്പോൾ വിങ്ങിപ്പൊട്ടുകയായിരുന്നില്ലേ തന്റെ മനസ്സ്.

സാധാരണക്കാരിൽനിന്നും തീർത്തും വ്യത്യസ്തരാണോ ഈ പ്രവാസികൾ? ദുഃഖം താങ്ങാനും സഹിക്കാനും പ്രത്യേകം പരിശീലനം ലഭിച്ചിട്ടുള്ള ഒരു വിഭാഗത്തിന്റെ പേരാണോ 'പ്രവാസി'? ഇന്ന് തിരിച്ചുപോയില്ലെങ്കിൽ വിസയുടെ കാലാവധി തീരും എന്ന് ഉപദേശിക്കുന്നവർ, ഞാനും എന്റെ മകനും തമ്മിലുള്ള സ്നേഹത്തെയും ബന്ധത്തെയും കുറിച്ച് ഓർക്കാതെ പോയതാണോ? എയർപോർട്ടിലേക്കുള്ള യാത്രയിൽ അദ്ദേഹം ചോദിച്ചുകൊണ്ടേയിരുന്നു.

ഈ വിമാനത്തിൽ നമ്മുടെ കൂടെ ഇപ്പോൾ യാത്ര ചെയ്യുന്ന ഭൂരിഭാഗം യാത്രക്കാരുടേയും മുഖത്തേക്ക് ഒന്ന് സൂക്ഷിച്ച് നോക്കിയാൽ ദൃശ്യമാവും, ഏറ്റവും പ്രിയപ്പെട്ട എന്തൊക്കയോ താല്കാലികമായെങ്കിലും ഉപേക്ഷിക്കേണ്ടി വന്നതിന്റെ സങ്കടങ്ങൾ. ഉള്ളിലൊതുക്കുന്ന ദുഃഖങ്ങൾ. പൊട്ടിത്തകരും പരുവത്തിൽ നീറിപ്പുകയുന്ന മനസ്സുമായി യാത്ര ചെയ്യുന്ന ഒരുപാടു ഷാജുക്കമാരുണ്ടാവും ഓരോ വിമാനത്തിലും."

അബു പറഞ്ഞു നിർത്തി.

നസ്രിയ തന്റെ പിതാവിനെക്കുറിച്ച് ആലോചിച്ച് അല്പസമയം നിശ്ശബ്ദമായി ഇരുന്നു.

അമ്മമരം

ഉമ്മ മരണപ്പെട്ട വിവരം സർഫ് റാസിനെ അറിയിക്കാൻ സഹമുറിയൻ ആയ തോമസ് അച്ചായനെത്തന്നെ ഏല്പിച്ചു. അതിരാവിലെ മൊബൈൽ ഫോൺ റൂമിൽ ചാർജിങ്ങിൽ വെച്ച് അടുത്തുള്ള ഗ്രൗണ്ടിൽ നടക്കാൻ പോയതായിരുന്നു അവൻ. അപ്പോഴാണ് ഫോണിലേക്കൊരു കാൾ വന്നതും ഉമ്മാടെ മരണവിവരം റൂമിലുള്ളവർ അറിഞ്ഞതും.

അച്ചായൻ ആ ദൗത്യം നിർവഹിച്ചു. വാർത്ത കേട്ട സർഫറാസ് പൊട്ടിക്കരയാൻ തുടങ്ങി.

"എനിക്ക് നാട്ടിൽ പോകണം. അവസാനമായി എനിക്കെന്റെ ഉമ്മാനെ ഒന്ന് കാണണം." കരച്ചിലിനിടയിൽ അവൻ പറഞ്ഞു.

കൂടെ താമസിക്കുന്നവർക്ക് ഉണ്ടാവുന്ന ഏത് പ്രതിസന്ധിഘട്ടത്തിലും അവരെപ്പോലെത്തന്നെ സങ്കടപ്പെടുന്നവരാണ് ഞങ്ങൾ സഹമുറിയന്മാർ ആയിട്ടുള്ള പ്രവാസികൾ. വേണ്ടതെല്ലാം ഞങ്ങൾ ഒരുമിച്ച് ചെയ്ത് കൊടുക്കും. സർഫറാസിനുള്ള വിമാന ടിക്കറ്റും അത്യാവശ്യത്തിനുള്ള പൈസയും മിനിറ്റുകൾക്കുള്ളിൽ ഞങ്ങൾ തരപ്പെടുത്തി.

അവൻ വളരെ പെട്ടെന്നുതന്നെ ആ വാർത്ത ഉൾക്കൊണ്ടിരിക്കുന്നു. പോകുവാനുള്ള തയ്യാറെടുപ്പുകൾ തുടങ്ങി. കൊണ്ടുപോകുവാനുള്ള വസ്ത്രങ്ങളും മറ്റും ബാഗിൽ അവൻ തന്നെ അടക്കി വെച്ചു. കുളിച്ചു വന്നു കാറിൽ കയറി. എയർപോർട്ടിലേക്കുള്ള പോക്കിൽ അവൻ ഉമ്മയെക്കുറിച്ചുള്ള ഓർമ്മകൾ മാത്രം പറഞ്ഞുകൊണ്ടേയിരുന്നു.

"കുറേ കാലമായി ഉമ്മ ഒരു ഷുഗർ പേഷ്യന്റ് ആയിരുന്നു. സ്ഥിരമായി മരുന്ന് കഴിക്കുന്നുമുണ്ട്. മൂന്ന് മാസം മുമ്പാണ് ഉമ്മാക്ക് കാലിലൊരു പഴുപ്പ് കണ്ടുതുടങ്ങിയത്. പഴുപ്പ് കൂടുംതോറും കാലിലെ വിരലുകൾ ഓരോന്നായി മുറിച്ച് മാറ്റാൻ തുടങ്ങി. കഴിഞ്ഞ

ദിവസമാണ് മൂന്നാമത്തെ വിരൽ മുറിച്ചത്. ഈ മാസം അവസാനം വിസ പുതുക്കി നാട്ടിലേക്ക് പോകണമെന്നും ഉമ്മാടെ അസുഖം മാറുന്നതുവരെ ഉമ്മാനെ ശുശ്രൂഷിച്ച് ഉമ്മാടെ കൂടെ നിൽക്കണമെന്നും കരുതിയതായിരുന്നു ഞാൻ.

നമ്മൾ കരുതുന്നതുപോലെയോ കണക്ക് കൂട്ടുന്നതുപോലെയോ അല്ലല്ലോ, സർവ്വേശ്വരൻ അവന്റെ വിധി നടപ്പിലാക്കുന്നത്. തിരിച്ച് പിടിക്കാൻ കഴിയാത്ത, ആയുഷ്കാലം മുഴുവൻ ഓർത്ത് സങ്കടപ്പെടേണ്ടി വരുന്ന ഇതുപോലെയുള്ള എത്രയോ നഷ്ടങ്ങളുടെ സമ്മേളനവേദിയാണ് ഓരോ പ്രവാസജീവിതവും.

എത്ര കഷ്ടപ്പെട്ടിട്ടാണെന്നറിയോ ഉമ്മ ഞങ്ങളെ മക്കളെ നാല് പേരെയും വളർത്തിയത്. ഉപ്പാടെ വരുമാനം കൊണ്ട് മാത്രം കുടുംബത്തിന്റെ ചെലവ് മുന്നോട്ട് പോകുമായിരുന്നില്ല. എനിക്ക് ഓർമ്മ വെക്കുന്ന കാലം മുതലേ ഉമ്മ നാട്ടിലെ ഓരോ പണികൾക്കും പോകുമായിരുന്നു. അത് ചിലപ്പോൾ തെങ്ങുകയറ്റം ഉള്ള പറമ്പിൽ തേങ്ങ പെറുക്കി കൂട്ടുവാനും കുട്ടയിൽ ചുമന്ന് കൊണ്ടുപോകുവാനുമുള്ള ജോലിയായിരിക്കും. ചിലപ്പോൾ കല്പണിക്കാരെ സഹായിക്കാനും അവർക്ക് പണിസ്ഥലത്തേക്ക് കല്ലും മണ്ണും എത്തിച്ച് കൊടുക്കാനായിരിക്കും. നെല്ല് കൊയ്ത്ത് സീസൺ വന്നാൽ പിന്നെ പാടത്തായിരിക്കും പണി.

പാടത്ത് പണിക്ക് പോവുന്ന ദിവസങ്ങളിൽ ഉമ്മാക്ക് ഉറക്കം കുറവായിരിക്കും. പക്ഷികൾ ഉണരുന്നതിനേക്കാൾ മുമ്പേ ഉമ്മ ഉണരും. പിന്നീട് യന്ത്രത്തെ തോൽപ്പിക്കുംവിധം വേഗതയിലായിരിക്കും കാര്യങ്ങൾ. രാവിലേക്കും ഉച്ചയ്ക്കും എല്ലാവർക്കും കഴിക്കാനുള്ള ഭക്ഷണങ്ങൾ പാകം ചെയ്ത് വീടും പരിസരവും അടിച്ച് വൃത്തിയാക്കി കുളിച്ച് വരുമ്പോൾ മാത്രമേ സൂര്യൻ പോലും ഉദിച്ചുയരാനുള്ള തയ്യാറെടുപ്പുകൾ നടത്തുന്നുണ്ടാവുള്ളൂ. കഞ്ഞിപ്പാത്രത്തിൽ ഉമ്മാക്കും വെല്ലിമ്മാക്കും (ഉമ്മാടെ ഉമ്മ) ഭക്ഷണം എടുത്ത് വീട്ടിൽനിന്നും ഇറങ്ങുന്നതിനേക്കാൾ മുമ്പേ, പാതി മയക്കത്തിലുള്ള എന്റെ കവിളിൽ മുത്തം വെക്കും. ഉണ്ണിയെ നോക്കണേ മക്കളെ എന്ന പതിവ് ഓർമ്മപ്പെടുത്തൽ ജ്യേഷ്ഠന്മാരോടും പെങ്ങളോടും നടത്തി ഉമ്മ യാത്രയാവും. കൂടെ ഉമ്മയെ സഹായിക്കാൻ വെല്ലിമ്മയും.

വീട്ടിൽ നിന്നും കിലോമീറ്ററുകൾ നടന്ന് നോക്കിയാൽ നോട്ടമെത്താത്ത കിഴക്കേ കരിമ്പാടത്തേക്കാണ് ഉമ്മാടേയും കൂട്ടുകാരികളുടെയും ആ നടത്തം. പാടത്തിറങ്ങി കൊയ്ത്ത് തുടങ്ങും. മൃഗങ്ങൾപോലും നേരിട്ട് കൊള്ളാൻ ഭയക്കുന്ന സൂര്യന്റെ ചൂട് മുഴുവനും പാടിയും തമാശകൾ പറഞ്ഞും അവർ ഒരു തണലുമില്ലാതെ

കൊണ്ട് കൊയ്തെടുത്ത കറ്റയുമായി പാടത്ത് നിന്നും കയറുന്നത് സൂര്യൻ അസ്തമിച്ചതിനുശേഷം മാത്രമായിരിക്കും. കറ്റമെതിക്കലും വൈക്കോൽ ചവിട്ടലും നെല്ല് വേർതിരിക്കലുമെല്ലാം കഴിഞ്ഞ് വീട്ടിലെത്തുമ്പോൾ പാതിരാത്രി ആയിരിക്കും. കുളിച്ച് വൃത്തിയായി വന്ന് ഭക്ഷണം പാകം ചെയ്ത് ഉറങ്ങിക്കിടക്കുന്ന ഞങ്ങളെ തട്ടിവിളിച്ച് ഭക്ഷണം കഴിപ്പിക്കും. എല്ലാം കഴിഞ്ഞ് ഒന്ന് കിടന്നാൽ പിന്നെ രണ്ടോ മൂന്നോ മണിക്കൂറേ ഉമ്മാക്ക് ഉറങ്ങാൻ സമയം കിട്ടൂ. അപ്പോഴേക്കും അടുത്ത ദിവസത്തിനുള്ള ഒരുക്കങ്ങൾക്കുള്ള സമയമായി.

ഓല മേഞ്ഞ വീടിന്റെ ചുവരുകൾ പാതി കളിമൺ കട്ടകൾ കൊണ്ടും ബാക്കി ഓലകൊണ്ടും മറച്ചതായിരുന്നു. അന്തിയാവുമ്പോൾ മണ്ണെണ്ണ വിളക്കുകൾകൊണ്ട് പ്രകാശം പരക്കുന്ന ഇടുങ്ങിയ രണ്ട് മുറികൾ. ഓർമ്മ വെച്ച കാലത്ത് മനസ്സിൽ പതിഞ്ഞ വീടിന്റെ രൂപം അതായിരുന്നു.

വർഷകാലം തുടങ്ങുന്നതിന് മുമ്പേ പഴയ ഓലയെല്ലാം മാറ്റി പുതിയ ഓല കൊണ്ട് പുര കെട്ടണം. അല്ലെങ്കിൽ മഴ പെയ്ത് തുടങ്ങിയാൽ വീട് ചോർന്നൊലിക്കാൻ തുടങ്ങും. വർഷത്തിൽ ഒരിക്കലുള്ള 'പുരകെട്ടൽ' വീട്ടിലെ ഒരു ഉത്സവമായിരുന്നു.

വർഷക്കാലം കഴിഞ്ഞ് വേനൽ പാതിയാവുമ്പോഴേക്കും പുര കെട്ടാനുള്ള ഒരുക്കങ്ങൾ പൂർത്തിയാക്കണം. മാസങ്ങൾക്ക് മുമ്പേ ആ ഒരുക്കങ്ങൾ ഉമ്മ തുടങ്ങും. തെങ്ങ് കയറ്റം നടക്കുന്ന പറമ്പുകളിൽ പോയി പച്ചയോല വാങ്ങി ചീന്തി മുടഞ്ഞ് ഉണക്കി കെട്ടുകളാക്കി വെക്കണം. തുരുമ്പിച്ചതും കേട് വന്നതുമായ മല്ലുകളും പട്ടികകളും മാറ്റാൻ വേണ്ട മരങ്ങൾ കണ്ടെത്തി തയ്യാറാക്കി വെക്കണം. തെങ്ങിലെ കൊതമ്പ് മുറിപ്പിച്ചെടുത്ത് വെള്ളത്തിൽ മുക്കി വെച്ച് ചെറുതാക്കി ചീന്തി വഴുകരൂപത്തിലാക്കണം. എല്ലാം ഉമ്മ ചെയ്യുന്ന പണികളാണ്.

ഒരുക്കങ്ങളെല്ലാം പൂർത്തിയായാൽ പുരകെട്ടൽ തിയ്യതി നിശ്ചയിക്കും. പുരകെട്ടലിൽ വൈദഗ്ധ്യം നേടിയവർ തന്നെ വേണം അത് ചെയ്യാൻ. കുഞ്ഞേയ്പ്പേട്ടൻ ആയിരുന്നു വീട്ടിലെ സ്ഥിരം പുരകെട്ടൽ വിദഗ്ദ്ധൻ. വെയിൽ കൊള്ളാൻ വേണ്ടി തലേ ദിവസം തന്നെ മേൽക്കൂരയെല്ലാം അഴിച്ച് തുറന്നിടും. അന്നത്തെ ദിവസം രാത്രി വീടിനകത്ത് മലർന്ന് കിടന്നാൽ നക്ഷത്രങ്ങളെ കാണാം. മീൻ പൊരിച്ചതും കറി വെച്ചതും പരിപ്പും പച്ചക്കറിയും തോരനുമെല്ലാം അടങ്ങിയ വിഭവസമൃദ്ധമായ ഭക്ഷണമായിരുന്നു ആ ദിവസത്തെ ഹൈലൈറ്റ്.

ഞങ്ങൾ, കുട്ടികൾക്ക് അതൊരു ഉത്സവം ആയിരുന്നെങ്കിലും പുരകെട്ട് കഴിയുന്നതുവരെ ഉമ്മാക്ക് നെഞ്ചിൽ ഒരു തീയാണ്. അപ്രതീക്ഷിതമായി വേനൽ മഴ പെയ്താൽ, പുരയെങ്ങാനും ചോർന്നൊലിക്കാൻ തുടങ്ങിയാൽ, ചോർച്ചയില്ലാത്ത ഭാഗത്തേക്ക് ഉമ്മ ഞങ്ങളെ മാറ്റിക്കിടത്തും. തള്ളപ്പക്ഷി കുഞ്ഞുങ്ങളെ ചിറകിനുള്ളിൽ ഒളിപ്പിക്കുന്നതുപോലെ ഉമ്മ ഞങ്ങളെ ചേർത്തുപിടിക്കും. ചേർത്ത് ചേർത്ത് പിടിക്കും. ആ ചേർത്തുപിടിക്കലാണ് എന്നന്നേക്കുമായി ഈ നഷ്ടപ്പെട്ടിരിക്കുന്നത്. ഉമ്മാടെ അവസാനനാളുകളിൽ ഉമ്മാനെ ഒന്ന് കാണാൻ കഴിയാതെ പോയ, ഉമ്മാക്ക് വേണ്ടി ഒന്നും ചെയ്ത് കൊടുക്കാൻ കഴിയാതിരുന്ന ഞാനെത്ര നിർഭാഗ്യവാനാണ്."

വണ്ടിയിൽനിന്നും ഇറങ്ങി എയർപോർട്ടിലേക്ക് പ്രവേശിക്കും നേരം സർഫറാസ് കെട്ടിപ്പിടിച്ചുകൊണ്ട് കരഞ്ഞു പറഞ്ഞു. 'മാതാപിതാക്കളെ സ്നേഹിക്കണേ. മതിവരുവോളം സ്നേഹിക്കണേ. അവർക്ക് തുല്യം അവർ മാത്രമാണ്. സ്വന്തം ആഗ്രഹങ്ങളെല്ലാം ഉള്ളിലൊളിപ്പിച്ച് മക്കൾക്കുവേണ്ടി ജീവിച്ചവർ ആണവർ. പ്രായമാവുംതോറും ആ ആഗ്രഹങ്ങളെല്ലാം അവർ മറന്നിട്ടുണ്ടാവും. അതുകൊണ്ട് ഇടയ്ക്കിടെ അവരോട് ചോദിച്ചുകൊണ്ടിരിക്കണം, അവരുടെ ആ ആഗ്രഹങ്ങളെക്കുറിച്ച്, സാധ്യമായതെല്ലാം അവർക്ക് സാധിപ്പിച്ച് കൊടുക്കണം. അവർ നഷ്ടപ്പെടുമ്പോഴേ അതിന്റെ വേദന അറിയൂ. മാതാപിതാക്കൾക്ക് നൽകേണ്ടതിൽ നിന്നും എന്തെങ്കിലും കുറവ് വന്നു എന്ന് അവരുടെ കാലശേഷം ഏതെങ്കിലും മക്കൾക്ക് തോന്നിക്കഴിഞ്ഞാൽ പിന്നെ കുറ്റബോധം കൊണ്ട് തല നിവരില്ല."

പ്രതിസന്ധി

"**മം**ഗലം ഉറപ്പിച്ച സമയത്തുതന്നെ എന്നോട് പറഞ്ഞിരുന്നത്, മംഗലം കഴിഞ്ഞാൽ ഉടനെ എന്നെയും കൊണ്ടുപോകും എന്നായിരുന്നു. മാത്രവുമല്ല, ഒരു മാസം നാട്ടിൽ ഉണ്ടാവും എന്നും പറഞ്ഞിരുന്നു. പക്ഷേ മംഗലം കഴിഞ്ഞ് പതിനാറാം ദിവസം പെട്ടെന്ന് കമ്പനിയിൽനിന്നും ഫോൺ കാൾ വന്നു, അന്നുതന്നെ കയറിപ്പോവുകയും ചെയ്തു. ഉടനെ എന്നെക്കൊണ്ട് പോകുമെന്ന് പറഞ്ഞിട്ട് ഇപ്പോൾ ആറുമാസം കഴിഞ്ഞപ്പോഴാണ് വിസ അയച്ചുതന്നത്. ഇടയ്ക്കിടെ ഈ കാരണമൊക്കെ പറഞ്ഞാണ് ഞാനും പുയ്യാപ്ലയും വഴക്ക് കൂടാറ്. എപ്പോൾ വിളിക്കുമ്പോഴും ജോലിയെക്കുറിച്ചുള്ള ടെൻഷൻ ആണ് മൂപ്പർക്ക്.

'അന്ന് അത്ര പെട്ടെന്ന് ഞാൻ കയറിപ്പോന്നില്ലായിരുന്നു എങ്കിൽ ഇന്നെനിക്ക് ഈ ജോലിതന്നെ ഉണ്ടാവുമായിരുന്നില്ല. നീ കരുതുന്ന പോലെ അത്ര എളുപ്പത്തിൽ കിട്ടുന്നൊരു സാധനമല്ല ഫാമിലി വിസ. കമ്പനിയിൽനിന്നും ജോലിക്കാരെ കുറച്ചുകൊണ്ടിരിക്കയാണ്. എപ്പോഴാണ് എനിക്കും ജോലി നഷ്ടപ്പെടുക എന്ന് ഒരു നിശ്ചയവുമില്ല.'

ഞാനും പുയ്യാപ്ലയും തമ്മിലുള്ള സ്ഥിരം സംസാരവിഷയങ്ങളാണ് ഇതൊക്കെ." നസ്രിയ പറഞ്ഞു.

"നമ്മൾ നമ്മുടെ ജോലി കൃത്യമായി ചെയ്താൽ പിന്നെന്തിന് അവർ നമ്മളെ ജോലിയിൽനിന്നും പിരിച്ചു വിടുന്നത് എന്ന് ഞാൻ പുയ്യാപ്ലയോട് ഇടയ്ക്കിടെ ചോദിക്കാറുണ്ട്."

"അതൊന്നും പറഞ്ഞാൽ നിനക്ക് മനസ്സിലാവില്ല എന്നാണ് മൂപ്പരുടെ സ്ഥിരം മറുപടി." നസ്രിയ കൂട്ടിച്ചേർത്തു.

വിവാഹം കഴിഞ്ഞാൽ കുടുംബത്തെയും കൂടെ കൂട്ടുക എന്നത് ഏതൊരു പ്രവാസിയുടെയും സ്വപ്നമാണ്. കൺമുമ്പിലൂടെ

പോകുന്ന പ്രവാസി കുടുംബങ്ങളെ കാണുമ്പോൾ സ്വന്തം കുടുംബം കൂടെയില്ലാത്തത് ഓർത്ത് സങ്കടപ്പെടാത്ത പ്രവാസികൾ ഉണ്ടാവില്ല. ഒരു മാസത്തേക്കെങ്കിലും കുടുംബത്തെ ഈ പ്രവാസലോകത്തേക്ക് കൊണ്ടുവരാൻ ആഗ്രഹിക്കാത്തവരും അതിന് ശ്രമിക്കാത്തവരുമായി ആരുമുണ്ടാവില്ല. ഒരു നിലയ്ക്കും അതിന് സാധ്യമല്ലാത്തവരാണ് എല്ലാ സങ്കടവും ഉള്ളിലൊതുക്കി ഇവിടെ തനിച്ച് ജീവിക്കുന്നത്.

കുടുംബവുമൊത്ത് വിദേശത്ത് ജീവിക്കുമ്പോൾ വരുന്ന ഭാരിച്ച സാമ്പത്തിക ചിലവും മാസം കിട്ടുന്ന ശമ്പളവും തമ്മിലുള്ള ഏറ്റക്കുറച്ചിൽ. അതിന്റെ പേരിൽ വരാൻ സാധ്യതയുള്ള സാമ്പത്തിക ബാധ്യത. ഇതൊക്കെയാണ് പലരെയും അതിൽനിന്നും പിന്തിരിപ്പിക്കുന്നത്. എന്തായാലും ആറുമാസത്തിന് ശേഷമായാലും വിസ കിട്ടിയല്ലോ എന്ന് സമാധാനിക്കാം."

"നമ്മൾ നമ്മുടെ ജോലി കൃത്യമായി ചെയ്താൽ പിന്നെന്തിന് അവർ നമ്മളെ പിരിച്ചു വിടണം" എന്ന് ചോദിച്ചില്ലേ നസ്രിയ? അതിന് ഫഹദ് മുംതാസിന്റെ ഒരു കഥ പറയാം.

***

എന്ത് വിഷയവും ലളിതമായി കാണുന്ന ഒരു പ്രകൃതമായിരുന്നു ഫഹദ് മുംതാസിന്റേത്. വിഷയങ്ങൾ ആഴത്തിൽ പഠിക്കുകയും അതിനെക്കുറിച്ച് സംസാരിക്കുകയും എഴുതുകയും ചെയ്യാൻ കഴിവുള്ള ഒരു ചെറുപ്പക്കാരൻ ആയിരുന്നു അവൻ. പക്ഷേ ജോലി നഷ്ടപ്പെട്ട് ദിവസങ്ങൾക്കുശേഷം അവനെ കാണുമ്പോഴും അതിന്റെ ആഘാതം അവന്റെ മുഖത്തും സംസാരത്തിലും പ്രകടമായിരുന്നു.

പല കമ്പനികളിലും ജോലി ചെയ്ത പരിചയം വെച്ചാണ് ഫഹദ് സ്വന്തമായി ഒരു സർവ്വീസ് സ്ഥാപനം തുടങ്ങിയത്. ഫഹദിന്റെ സ്ഥാപനം നല്ല നിലയിൽ മുന്നോട്ട് പോകുന്നതിനിടയിലാണ് അദ്ദേഹത്തിന്റെ സർവ്വീസും സ്വഭാവവും ഇഷ്ടപ്പെട്ട കെ.കെ. സർ ഫഹദിനെ സ്വന്തം സ്ഥാപനത്തിലേക്ക് ഒരു ഡിവിഷൻ പാർട്ണർ ആയി ക്ഷണിക്കുന്നതും പിന്നീട് ആ കമ്പനിയിൽ നല്ലൊരു പദവി നൽകി സ്ഥിരം ജോലിക്കാരനായി നിയമിക്കുന്നതും.

താൻ ജീവിതത്തിൽ പരിചയപ്പെട്ടവരിൽ വെച്ച് ഏറ്റവും നല്ല പത്ത് പേരുടെ ലിസ്റ്റ് തയ്യാറാക്കിയാൽ അതിൽ ഒന്ന് കെ.കെ. സർ ആയിരിക്കും. അത്രയ്ക്ക് മനുഷ്യത്വമുള്ള, ഒരുപാട് സ്വഭാവഗുണങ്ങൾ ഉള്ള ഒരു വ്യക്തിയായിരുന്നു കെ.കെ. സർ. തന്റെ കീഴിൽ ജോലി ചെയ്യുന്നവരോടും സഹപ്രവർത്തകരോടും എങ്ങനെ പെരുമാറണം എന്നും എത്ര ദേഷ്യമുള്ള സമയത്തും അത് പുറത്ത് കാണിക്കാതെ

പുഞ്ചിരിച്ചുകൊണ്ട് എങ്ങനെ സംസാരിക്കണമെന്നും പഠിക്കേണ്ടത് കെ.കെ. സാറിൽ നിന്നുമായിരുന്നു. ഹിന്ദിയിൽ സംസാരിക്കുമ്പോൾ താങ്കൾ എന്നല്ലാതെ മറ്റൊരു അഭിസംബോധന രീതി കെ.കെ. സാറിൽ ഉണ്ടായിരുന്നില്ല.

സ്ഥാപന ഉടമയും ജോലിക്കാരനും എന്ന ബന്ധത്തിനപ്പുറം കെ.കെ. സാറും ഫഹദ് മുംതാസും ഏറ്റവും അടുത്ത സുഹൃത്തുക്കളോ സഹോദരന്മാരോ എന്ന നിലയിൽ അടുത്തു. എന്തും എപ്പോഴും തുറന്ന് പറയുവാനും സംവദിക്കാനുമുള്ള വേദിയായി മാറി അത്. ആ ബന്ധം അനന്യാസിന് ഒട്ടും ഇഷ്ടപ്പെട്ടിരുന്നില്ല. ഒരു അറബി വീട്ടിൽ കുക്കായി ജോലി ചെയ്യുകയായിരുന്ന, പ്രാഥമിക വിദ്യാഭ്യാസംപോലും പൂർത്തീകരിക്കാത്ത അനന്യാസിന്റെ പിതൃസഹോദരനും അമ്മാവനുമായിരുന്നു ആ കമ്പനിയുടെ ഉടമസ്ഥർ.

പുതിയ സർക്കാരുകൾ വരുമ്പോൾ മന്ത്രിമാർ വ്യക്തിബന്ധങ്ങൾ ഉപയോഗിച്ച് വിദ്യാഭ്യാസമോ യോഗ്യതയോ നോക്കാതെ തങ്ങളുടെ പേഴ്സണൽ സ്റ്റാഫുകളെ നിയോഗിക്കുന്നതുപോലെ ആ കമ്പനിയും അനന്യാസിനെ ഓപ്പറേഷൻ മാനേജർ എന്നൊരു തസ്തിക നൽകി അവിടെ നിയോഗിക്കുകയായിരുന്നു.

അർഹിക്കാത്ത കൈകളിൽ ലഭിക്കുന്ന അധികാരമാണ് വർത്തമാനകാലത്തിന്റെ ശാപം എന്ന് ദിനംപ്രതി അനന്യാസ് തന്റെ പ്രവർത്തികളിലൂടെ തെളിയിച്ചുകൊണ്ടിരുന്നു. താനാണ് ഈ ഉത്തരം താങ്ങി നിൽക്കുന്നതെന്ന് കരുതുന്ന ഗൗളിയെപ്പോലെ, പുതുതായി കമ്പനിയിൽ ചേരുന്ന സ്റ്റാഫുകളോട് ഈ കമ്പനി തുടങ്ങിയതും, ത്യാഗം സഹിച്ച് വളർത്തി വലുതാക്കിയതും താനാണെന്ന് അനന്യാസ് സ്ഥിരം പറയുമായിരുന്നു. തന്നോട് എതിർത്ത് സംസാരിക്കുകയോ, തനിക്ക് ഇഷ്ടപ്പെടാത്ത നിലയിൽ പെരുമാറുകയോ, ഏതെങ്കിലും നിലയിൽ തന്നേക്കാൾ ഉയരത്തിൽ ആണെന്ന് തോന്നുകയോ ചെയ്യുന്ന സ്റ്റാഫുകളെ ശത്രുപക്ഷത്ത് പ്രതിഷ്ഠിക്കുകയും സാഹചര്യം കിട്ടുമ്പോഴെല്ലാം അവർക്കെതിരെ നിലപാട് സ്വീകരിക്കുകയും ചെയ്യുമായിരുന്നു അദ്ദേഹം. തങ്ങൾക്ക് തങ്ങളുടെ ജോലിയിൽ പിടിച്ചുനിൽക്കേണ്ടതുള്ളതുകൊണ്ടും മറ്റൊരു ജോലി കണ്ടെത്താനുള്ള പ്രയാസങ്ങൾ കണക്കിലെടുത്തും ഭൂരിഭാഗം സ്റ്റാഫുകളും അനന്യാസ് എന്ത് മണ്ടത്തരങ്ങൾ പറഞ്ഞാലും ചെയ്താലും അതിനെ ചിരിച്ചുകൊണ്ട് സ്വീകരിക്കുമായിരുന്നു. ആനയ്ക്ക് സ്വന്തം വലുപ്പം നേരിട്ട് കാണാൻ ചെവിയൊരു തടസ്സം എന്നതുപോലെ, പല സ്റ്റാഫുകൾക്കും തങ്ങളുടെ

വളർച്ചയും കഴിവും തിരിച്ചറിയാൻ അനന്യാസ് ഒരു തടസ്സമായിരുന്നു.

പിടിച്ച് വാങ്ങേണ്ടതല്ല, അറിഞ്ഞു നൽകേണ്ടതാണ് ആദരവും ബഹുമാനവുമെന്നും അർഹിക്കാത്ത അംഗീകാരങ്ങൾ ആഗ്രഹിക്കരുതെന്നും മനസ്സിലാക്കാൻ മാത്രമുള്ള പ്രാപ്തിയൊന്നും ശരീരം കൊണ്ട് മാത്രം വളർന്ന് പന്തലിച്ച ആ മനുഷ്യരൂപത്തിന് ഉണ്ടായിരുന്നില്ല. നിസ്സാരകാരണങ്ങൾ പറഞ്ഞ് പല പാവപ്പെട്ട ജോലിക്കാരെയും പരസ്യമായി ശാസിക്കുന്നതിലും നിഷ്കരുണം കമ്പനിയിൽ നിന്നും പിരിച്ചുവിടുന്നതിലും ആനന്ദം കണ്ടെത്തുകയും അത് തന്റെ നേട്ടങ്ങളായി സ്വയം വിലയിരുത്തുകയും ചെയ്തു. സോഷ്യൽ മീഡിയയിൽ തന്റെ പ്രൊഫൈൽ പിക്ചറിന് ലൈക്ക് അടിക്കാത്തതിന്റെ പേരിൽപോലും കമ്പനി സ്റ്റാഫുകളെ പരസ്യവിചാരണ ചെയ്യാൻപോലും മടിക്കാത്ത ഒരു അല്പനായിരുന്നു അയാൾ.

തനിക്കെതിരെ അവസരം പാത്തിരിക്കുന്ന, ഏത് നിമിഷവും തന്റെ ടെർമിനേഷൻ കൊതിക്കുന്ന ഒരു അക്രമകാരിയായ മൃഗമാണ് അനന്യാസ് എന്ന് ആദ്യനാളുകളിൽതന്നെ ഫഹദ് തിരിച്ചറിഞ്ഞിരുന്നു. ആ തിരിച്ചറിവിലൂടെ തന്നെയായിരുന്നു അദ്ദേഹം എട്ട് വർഷം അവിടെ ജോലി ചെയ്ത് മുന്നോട്ട് പോയത്.

ഫഹദിൽനിന്നും താൻ ആഗ്രഹിക്കുന്ന ആദരവും ബഹുമാനവും തനിക്ക് ലഭിക്കുന്നില്ല എന്ന് അനന്യാസിന് തോന്നിയിരുന്നു. ഓരോ പുതിയ വർഷം പിറന്നാൽ സ്റ്റാഫുകളുടെ ശമ്പളവർദ്ധന ലിസ്റ്റ് തയ്യാറാക്കി മാനേജ്മെന്റിലേക്ക് അയയ്ക്കുമ്പോഴും അനന്യാസ് ഫഹദ് മുംതാസിനോടുള്ള തന്റെ ദേഷ്യം തീർത്തിരുന്നത് അദ്ദേഹത്തിന്റെ പേര് മനപ്പൂർവ്വം ആ ലിസ്റ്റിൽനിന്നും ഒഴിവാക്കിക്കൊണ്ടായിരുന്നു. പല തവണ ഫഹദിനെ ദ്രോഹിക്കുവാനും ജോലിയിൽ നിന്നും പിരിച്ചുവിടുവാനും അനന്യാസ് ശ്രമിച്ചിട്ടുണ്ട്. തന്റെ ജോലിയിൽ സത്യസന്ധതയും കൃത്യനിഷ്ഠയും പാലിക്കുമായിരുന്ന ഫഹദിന് എതിരെ വ്യക്തമായൊരു കാരണം ബോധിപ്പിക്കാൻ ഇല്ലാത്തതിനാൽ അതെല്ലാം അസാധ്യമാവുകയായിരുന്നു.

കമ്പനി സ്റ്റാഫുകളിൽ ചിലർ തങ്ങളുടെ വ്യക്തിപരമായ കാര്യങ്ങൾപോലും അനന്യാസിനെ മുൻകൂട്ടി അറിയിക്കുകയും സമ്മതം വാങ്ങിയതിനുശേഷം മാത്രം പ്രാവർത്തികമാക്കുകയും ചെയ്യുമായിരുന്നുള്ളൂ. താമസിക്കുന്ന ഫ്ളാറ്റ് മാറുന്ന കാര്യമായാലും സ്വന്തമായി വാഹനം വാങ്ങുന്ന കാര്യമായാലും നാട്ടിൽ പോകുന്ന കാര്യമായാലും കുടുംബത്തെ കൊണ്ടുവരുന്ന കാര്യമായാലുമെല്ലാം

അങ്ങനൊരു അലിഖിതനിയമമുണ്ടെന്നും അത് പാലിക്കൽ നിർബന്ധമാണെന്നും അല്ലാത്തപക്ഷം ജോലി നഷ്ടപ്പെടുമെന്നും അറിയാതെ അംഗീകരിക്കപ്പെട്ടവരായിരുന്നു ജോലിക്കാരിൽ ഒരു വിഭാഗം പേർ.

എന്നാൽ ഫഹദ് തന്റെ ഫാമിലിയെ മൂന്നു മാസത്തെ വിസിറ്റിങ്ങ് വിസയിൽ കൊണ്ടുവന്നത് അനന്യാസിനെ അറിയിച്ചുകൊണ്ടോ അദ്ദേഹത്തിന്റെ സമ്മതം വാങ്ങിക്കൊണ്ടോ ആയിരുന്നില്ല. ഇതിൽ പ്രകോപിതനായിരുന്നു അനന്യാസ്. എന്നാൽ ആ ഒരു കാരണം പറഞ്ഞ് ഫഹദിനെ ചോദ്യം ചെയ്യാൻ കഴിയില്ല എന്ന് അറിയുന്നതുകൊണ്ടുതന്നെ മറ്റു പല കാരണങ്ങളും പറഞ്ഞ് ഫഹദുമായി അനന്യാസ് കൊമ്പുകോർക്കൽ പതിവായി.

അന്ന് ഓഫീസിൽ ഇരുന്ന് ജോലി ചെയ്യുകയായിരുന്ന ഫഹദിന്റെ അടുത്ത് വന്ന് അനന്യാസ് സംസാരിക്കാൻ തുടങ്ങി. കഴിഞ്ഞ ദിവസം നാട്ടിൽനിന്നും പുതുതായി വന്നിട്ടുള്ള തന്റെ കസിൻ ബ്രദറിനെ മെഡിക്കൽ എടുക്കാൻ എന്തുകൊണ്ട് നീ തന്നെ കൊണ്ട് പോയില്ല എന്നതായിരുന്നു അനന്യാസിന്റെ ചോദ്യം. താൻ തിരക്കിട്ട ജോലിയിലാണെന്നും മെഡിക്കലിന് കൊണ്ട് പോകുവാൻ ഡോക്യുമെന്റ്സുമായി ഡ്രൈവറെ ഏല്പിച്ചിട്ടുണ്ടെന്നും അവൻ കൊണ്ടുപോകുന്നുണ്ടെന്നും പല തവണ ആവർത്തിച്ച് പറഞ്ഞിട്ടും അത് അംഗീകരിക്കാൻ അയാൾ തയ്യാറായിരുന്നില്ല. ഫഹദിന്റെ കൈയിലുണ്ടായിരുന്ന ഫയൽ തട്ടിപ്പറിച്ചെടുത്ത് അനന്യാസ് നിലത്തേക്കെറിയുകയും തെറി വിളിക്കുകയും ചെയ്തു.

"ഒന്നുകിൽ നീ അല്ലെങ്കിൽ ഞാൻ. രണ്ടിൽ ഒരാളേ ഈ നിമിഷം മുതൽ ഇനി ഈ കമ്പനിയിൽ ഉണ്ടാവൂ" എന്ന് അനന്യാസ് അർത്ഥശങ്കയ്ക്ക് ഇടയില്ലാത്തവണ്ണം പ്രഖ്യാപിച്ചു.

ഫഹദിന്റെ നിയന്ത്രണം വിടുന്നതുവരെ അനന്യാസ് അവനെ പ്രകോപിപ്പിച്ചുകൊണ്ടേയിരുന്നു. ഒരു നിമിഷത്തിൽ നിയന്ത്രണം വിട്ട് പോയ ഫഹദ് അനന്യാസിനോട് പ്രതികരിച്ചു.

"അങ്ങനെ എന്നെ പിരിച്ചുവിടുകയാണെങ്കിൽ നിങ്ങളെയും പ്രയാസപ്പെടുത്താനുള്ള വകുപ്പ് എന്റെ കൈയിലുമുണ്ട്. പ്രാഥമിക വിദ്യാഭ്യാസംപോലും ഇല്ലാത്ത താങ്കൾക്ക്, താങ്കൾ തന്ന ഫോട്ടോഷോപ് ഡിഗ്രി സർട്ടിഫിക്കറ്റുകൊണ്ട് മാനേജർ വിസ തരപ്പെടുത്തിയത് ഞാൻ ആണെങ്കിൽ, താങ്കളെ ബുദ്ധിമുട്ടിക്കാൻ എനിക്കും കഴിയും."

'ഫഹദിനെ കമ്പനിയിൽ നിന്നും പിരിച്ചുവിടുക' എന്ന താൻ വർഷങ്ങളായി ആഗ്രഹിക്കുന്ന കാര്യം ഈ കിട്ടിയ അവസരത്തിലൂടെ

പ്രാവർത്തികമാക്കുക എന്നതായിരുന്നു പിന്നീടുള്ള അനന്യാസിന്റെ ലക്ഷ്യം. അതിന്റെ ആദ്യ പടിയെന്നോണം 'ഇനി ഫഹദ് ഇവിടെ ജോലി ചെയ്യുന്നിടത്തോളം താൻ തന്റെ സീറ്റിൽ ഇരിക്കുകയില്ല' എന്ന് തന്റെ കുടുംബക്കാരായിട്ടുള്ള കമ്പനി മാനേജ്മെന്റിനെ അനന്യാസ് അറിയിച്ചു. കമ്പനിയിൽനിന്നും തനിക്ക് അനുകൂല മായ തീരുമാനം വരാൻ വൈകുന്നതിൽ പ്രതിഷേധിച്ച്, അനന്യാസ് കൃത്യസമയത്തുതന്നെ ദിവസവും ജോലിക്ക് വന്ന് തന്റെ സീറ്റിൽ ഇരിക്കാതെ ഓഫീസിന് വെളിയിൽ നടന്ന് തന്റെ പ്രധിഷേധം തുടരുകയും മാനേജ്മെന്റിനെ പ്രതിസന്ധിയിലാക്കുകയും ചെയ്തു കൊണ്ടേയിരുന്നു.

അച്ഛനളിയന്മാർ ചേർന്ന് രൂപകല്പന ചെയ്ത ഒരു കുടുംബ സ്ഥാപനത്തിന് ഉള്ളിലെ തർക്കവിഷയങ്ങളിൽ അന്തിമ തീരുമാന മെടുക്കുന്നത് കുടുംബവിരുന്നിൽ വെച്ചായിരിക്കും. ആ സ്ഥാപന ത്തിലെ രണ്ട് ജോലിക്കാർ തമ്മിൽ ഒരു തർക്കം നടക്കുകയും ആ രണ്ടുപേരിൽ ഒരാൾ സ്ഥാപന ഉടമകളുടെ കുടുംബബന്ധു ആവു കയും ആ ബന്ധു ഒരുക്കിയ ഒരു വിരുന്നുസൽക്കാരത്തിൽ ഇരുന്ന് ആ വിഷയത്തിൽ അന്തിമവിധി പ്രഖ്യാപിക്കുകയും ചെയ്യുമ്പോൾ നീതി നടപ്പിലാകും എന്ന് പ്രതീക്ഷിക്കുന്നത് വിഡ്ഢിത്തമാണ്. രുചിയൂറും മലബാർ മട്ടൺ ബിരിയാണിയിൽനിന്നും എത്തിക്സ് വേർതിരിച്ചെടുക്കൽ ശ്രമകരമായ ഒരു ദൗത്യവുമാണ്.

ശരിയും തെറ്റും വേർതിരിക്കുന്നതിനിടയിൽ മനുഷ്യത്വത്തിനും നീതിക്കും പ്രാധാന്യം നല്കണമെന്ന് ആഗ്രഹിക്കുന്ന ഒരു നീതി മാനായ വിധികർത്താവിനുപോലും കുടുംബസദസ്സിൽ ഇരുന്ന് എടു ക്കുന്ന തീരുമാനത്തിൽ കുടുംബബന്ധത്തിനും അവിടുന്നുള്ള സമ്മർദ്ദത്തിനും വഴിപ്പെടേണ്ടി വരുന്നത് സ്വാഭാവികമാണ്. അങ്ങനെ ആ വിരുന്നിൽ ഒരുങ്ങിയ അവസാനവിഭവം ഫഹദിന്റെ ടെർമി നേഷൻ ലെറ്റർ ആയിരുന്നു."

"പ്രവാസജീവിതത്തിൽ നേരിടുന്ന ഏറ്റവും വലിയ പ്രതിസന്ധി എന്താണെന്ന് നസ്രിക്ക് അറിയുമോ?" അബു ചോദിച്ചു.

അറിയില്ല എന്നർത്ഥത്തിൽ അവൾ അബുവിനെ നോക്കി.

"അപ്രതീക്ഷിതമായി ജോലി നഷ്ടപ്പെടുന്നതിനേക്കാൾ വലിയ പ്രതിസന്ധി പ്രവാസജീവിതത്തിൽ വേറെയില്ല." അബു പറഞ്ഞു.

വരുന്ന ആറുമാസത്തെ ശമ്പളം കൊണ്ട് എന്ത് ചെയ്യണമെന്ന് ഇപ്പോഴേ പ്ലാൻ ചെയ്ത് ജീവിക്കുന്നവരാണ് ഫഹദിനെപ്പോലെ സാധാരണക്കാരായിട്ടുള്ള പ്രവാസികളിൽ ഭൂരിഭാഗം പേരും.

അങ്ങനെ പ്ലാൻ ചെയ്ത് മുന്നോട്ട് പോകുമ്പോഴായിരിക്കും അതിനെയെല്ലാം തകിടംമറിച്ചുകൊണ്ട് അവിചാരിതമായി നാട്ടിൽനിന്നും ഫോൺകോളുകൾ വരുന്നത്. അത് അടുത്ത കുടുംബങ്ങളിലെ വിവാഹം പോലെയുള്ള സാമ്പത്തികച്ചിലവ് കൂടാൻ സാധ്യതയുള്ള അറിയിപ്പുകൾ ആയിരിക്കും. അല്ലെങ്കിൽ ഭാര്യ, മക്കൾ, മാതാപിതാക്കൾ പോലുള്ളവരുടെ അപ്രതീക്ഷിത അസുഖങ്ങളും അതിന്റെ പേരിലുള്ള ചികിത്സാചിലവ് വിവരങ്ങളുമായിരിക്കും.

മുൻകൂട്ടി നിശ്ചയിച്ച ആറുമാസത്തെ ശമ്പള ചിലവ് പ്ലാനുകൾ എല്ലാം മാറ്റിവെച്ച് ഈ വിഷയങ്ങൾക്കുള്ള പരിഹാരങ്ങൾ തേടിയുള്ള പുതിയ പദ്ധതി തയ്യാറാക്കൽ. അതിനുവേണ്ടി ക്രെഡിറ്റ് കാർഡ്, പേഴ്സണൽ ലോൺ പോലുള്ള സംവിധാനങ്ങളെ സമീപിക്കൽ. അങ്ങനെ കിട്ടുന്ന ശമ്പളം ക്രെഡിറ്റ് കാർഡ് പേയ്മെന്റിലേക്കും പേർസണൽ ലോൺ അടവിലേക്കുമെല്ലാം മാറ്റിവെച്ച് ഒന്നോ രണ്ടോ വർഷത്തിനുള്ളിൽ പ്രശ്നങ്ങൾക്കെല്ലാം പരിഹാരമാവും എന്ന പ്രതീക്ഷയിൽ മുന്നോട്ട് പോകുമ്പോൾ ആയിരിക്കും അപ്രതീക്ഷിത ജോലി നഷ്ടപ്പെടൽ അറിയിപ്പ് വരുന്നത്.

പ്രവാസജീവിതത്തിൽ ജോലി നഷ്ടപ്പെടുക എന്നാൽ അത് സാമ്പത്തികമായ ഒരു തകർച്ച മാത്രമല്ല, മാനസികവും ശാരീരികവുമായ ഒറ്റപ്പെടൽ കൂടിയാണ്. ഒരുപാട് കാര്യങ്ങൾക്ക് നമ്മളെ സ്ഥിരം സമീപിച്ചിരുന്നവർ, നമ്മുടെ സഹായങ്ങൾ തേടിയിരുന്നവർ, ഒപ്പമിരുന്ന് ഭക്ഷണം കഴിച്ചിരുന്നവർ, ഒഴിവുസമയങ്ങൾ ഒരുമിച്ച് ചിലവഴിച്ചിരുന്നവർ, ഇവരിൽ പലരും ഒരു അകലം പാലിക്കാൻ ശ്രമിക്കുന്നതായി കാണാം. സ്ഥിരം ശബ്ദിച്ചിരുന്ന ഫോൺ ഒരു നിമിഷംകൊണ്ട് നിശ്ശബ്ദമാവുന്നത് കാണാം. വർഷങ്ങളോളമായി ഫോണിൽ നമ്പർ സേവ് ചെയ്തു വെച്ചിരുന്നവർക്കും പല കാര്യങ്ങളിലും അഭിപ്രായങ്ങൾ ചോദിക്കാൻ വേണ്ടി സമീപിച്ചിരുന്നവർക്കും അങ്ങോട്ട് വിളിച്ചാൽ പോലും അപരിചിതത്വവും തിരക്കും അഭിനയിക്കുന്നത് കാണാം. നമ്മുടെ ഒഴിവിലേക്ക് തള്ളിക്കയറുവാനും പരിചയക്കാരെ തിരുകിക്കയറ്റുവാനും തിടുക്കം കൂട്ടുന്നവരെയും കാണാം.

നമ്മുടെ പ്രയത്നം കൊണ്ട് മാത്രം നമ്മൾ നേടിയെടുത്ത് വർഷങ്ങളോളം ചെയ്ത ആ ജോലി ഒരു നിമിഷംകൊണ്ട് നഷ്ടപ്പെടുമ്പോൾ, 'എത്ര നല്ല ജോലിയായിരുന്നു, കയ്യിലിരിപ്പുകൊണ്ട് നഷ്ടപ്പെടുത്തിയതാണ്, അനുഭവിക്കട്ടെ' എന്ന് അടക്കം പറയുന്ന, അത്രകാലം നമുക്ക് പ്രിയപ്പെട്ടവരെന്ന് നമ്മൾ തെറ്റിദ്ധരിച്ചവരെയും നമുക്ക് തിരിച്ചറിയാം.

ചിലർ കരുതും പെട്ടെന്ന് ജോലി നഷ്ടപ്പെട്ടവനല്ലേ എന്തെങ്കിലും സാമ്പത്തികസഹായങ്ങൾ ചോദിച്ചാലോ എന്ന്. കമ്പനി പിരിച്ചുവിട്ട ജോലിക്കാരനുമായി ചങ്ങാത്തം നിലനിർത്തുന്നത് മാനേജ്മെന്റിന്റെ ശ്രദ്ധയിൽപെട്ടാൽ നമ്മളും മാനേജ്മെന്റിന്റെ നോട്ടപ്പുള്ളികൾ ആയാലോ എന്ന് കരുതി സോഷ്യൽ മീഡിയ പേജിലെ ഫ്രണ്ട് ലിസ്റ്റിൽനിന്നുപോലും ഒഴിവാക്കി അൺഫോളോ ചെയ്ത് രാജാവിനേക്കാൾ വലിയ രാജ്യഭക്തി കാണിക്കുന്ന സഹപ്രവർത്തകരെയും കാണാം.

ഞാനടക്കം പ്രവാസികളിൽ ഭൂരിഭാഗം പേരും ഒരിക്കലെങ്കിലും ഫഹദിലൂടെ കടന്നുപോയവരാവും ഈ പ്രവാസജീവിതത്തിൽ. അപ്പോഴുമുണ്ടാവും ഏത് പ്രതിസന്ധിയിലും ഉപേക്ഷിക്കാതെ ചേർത്ത് പിടിക്കുന്ന ചില സഹമുറിയന്മാർ. കരുത്ത് പകർന്ന് നിഴൽ പോലെ കൂടെ നിൽക്കുന്ന സഹോദരതുല്യന്മാർ. ഒറ്റപ്പെട്ടിട്ടില്ല കൂടെയുണ്ട് എന്ന് ഓർമ്മപ്പെടുത്തുന്ന ചിലർ. ധൈര്യം പകർന്ന് വാരിപ്പുണരുന്ന ചില സഹപ്രവർത്തകർ. ജോലിത്തിരക്കിനിടയിലും നിരന്തരം ബന്ധപ്പെട്ടുകൊണ്ടിരിക്കുന്ന, നഷ്ടപ്പെട്ട ജോലിക്ക് പകരമായി പുതിയൊരു ജോലി നേടിത്തരാൻവേണ്ടി രാപകലില്ലാതെ കൂടെ നിൽക്കുന്ന ചിലർ. "ഒരു പാസ്പോർട്ടുമായി പോയതല്ലേ, ഇങ്ങ് കയറിപ്പോന്നേക്ക്. ഉള്ളതുകൊണ്ട് ഓണംപോലെ ഇവിടെ കഴിയാം" എന്ന് തന്റേടത്തോടെ പറയുന്നൊരു ഭാര്യ. ഇടയ്ക്കിടെ വിവരങ്ങൾ തിരക്കുന്ന, സ്നേഹാന്വേഷണങ്ങൾ നടത്തുന്ന, സഹായ വാഗ്ദാനങ്ങൾ നൽകുന്ന, ആഘോഷദിനങ്ങളിലെല്ലാം മറക്കാതെ ഓർക്കുന്ന മനുഷ്യത്വം മരിച്ചിട്ടില്ല എന്ന് ഓർമ്മപ്പെടുത്തുന്ന ചില അപൂർവ്വം വ്യക്തിത്വങ്ങൾ.

നമ്മൾ നമ്മുടെ ജോലി കൃത്യമായി ചെയ്താൽ പിന്നെന്തിന് അവർ നമ്മളെ ജോലിയിൽനിന്നും പിരിച്ചുവിടുന്നത് എന്ന് നീ പുയ്യാപ്ലയോട് ഇടയ്ക്കിടെ ചോദിക്കാറുണ്ടെന്ന് പറഞ്ഞില്ലേ നസ്രിയ?

നമ്മൾ നമ്മുടെ ജോലി കൃത്യമായും ആത്മാർത്ഥമായും വർഷങ്ങൾ ചെയ്താലും അർദ്ധരാത്രിയിലും കുട പിടിക്കുന്ന അല്പന്മാരായിട്ടുള്ള അനന്യാസിനെപ്പോലോത്തവരെ സദാ തൃപ്തിപ്പെടുത്തിയെങ്കിൽ മാത്രമേ ജോലിയിൽ മുന്നോട്ട് പോകുവാൻ കഴിയൂ. ഇല്ലെങ്കിൽ, ചുരുങ്ങിയ ദിവസത്തിന് വേണ്ടിയെങ്കിലും നാട്ടിൽ നിന്നും സന്ദർശകവിസയിൽ സന്തോഷത്തോടെ കൊണ്ടുവന്ന ഭാര്യാമക്കളെ ദിവസങ്ങൾ വെട്ടിക്കുറച്ച് കണ്ണീരോടെ തിരിച്ച് യാത്രയാക്കേണ്ടി വരും. സഹായിക്കാൻ കഴിയുന്നവരുടെ നിസ്സഹായാവസ്ഥ അഭിനയത്തിന് സാക്ഷിയാവേണ്ടി വരും."

ഒരു ദീർഘശ്വാസത്തോടെ അബു പറഞ്ഞു നിർത്തി.

“കേട്ടതിൽ കൂടുതലും കണ്ണ് നനയിപ്പിക്കുന്ന കഥകളാണല്ലോ. ഇത്രയ്ക്കും പ്രയാസപൂരിതമാണോ പ്രവാസജീവിതം?” നസ്രിയ ചോദിച്ചു.

പ്രവാസം വെറും സങ്കടത്തിന്റേതൊന്നുമല്ല. സന്തോഷവും ഇട കലർന്നതാണ്. അത്തർ മണക്കുന്ന പ്രവാസികളിൽ ഭൂരിഭാഗവും ഇതുപോലുള്ള പ്രതിസന്ധികളെ അതിജീവിക്കുന്നവരായതു കൊണ്ടും അവരിൽ ഒരുവനായതുകൊണ്ടും ആ കഥകളേ ഓർമ്മ യിൽ ആദ്യം വരൂ.

വിശ്വസിച്ചാലും ഇല്ലെങ്കിലും!

ജോലി കഴിഞ്ഞു വന്നാൽ ഒഴിവുസമയം സ്വന്തം കാറ് ടാക്സിയായി ഓടുന്ന ഒരു പതിവുണ്ടായിരുന്നു ഷാരോണിന്. ആ നാട്ടിൽ അത് നിയമവിരുദ്ധമാണെങ്കിലും നേരിട്ട് പരിചയമുള്ള കച്ചവടക്കാരും ഫാമിലികളും ഷാരോണിന്റെ ഒഴിവനുസരിച്ച് വണ്ടി വിളിക്കുമായിരുന്നു. എപ്പോൾ വിളി വന്നാലും ഓടാൻ അദ്ദേഹവും വണ്ടിയും തയ്യാറായിരുന്നു. സ്വന്തമായി വണ്ടിയില്ലാത്ത ഫാമിലികൾക്ക് അദ്ദേഹത്തിന്റെ സേവനം വളരെ സഹായകമായിരുന്നു.

സാബുവും കുടുംബവും ഷാരോണിന്റെ വണ്ടിയിലെ സ്ഥിരം യാത്രക്കാരായിരുന്നു. സാബുവിന്റെ ഉടമസ്ഥയിലുള്ള കഫെറ്റീരിയയിലേക്ക് സാധനങ്ങൾ സ്ഥിരമായി എത്തിക്കുന്നതും സാബുവും കുടുംബവും പുറത്തു പോകുന്നതുമെല്ലാം അദ്ദേഹത്തിന്റെ വണ്ടിയിലായിരുന്നു.

ഒരു ടാക്സിക്കാരനോട് എന്നതിനപ്പുറം, ഷാരോണിനോട് വളരെ അടുപ്പം കാണിച്ചിരുന്നു അവർ. എങ്ങോട്ട് വണ്ടിയിൽ പോയാലും പറഞ്ഞതിനേക്കാൾ കൂടുതൽ പൈസ കൊടുക്കുകയും ഭക്ഷണ സാധനങ്ങൾ വാങ്ങിക്കൊടുക്കുകയുമെല്ലാം ചെയ്യുമായിരുന്നു. സാബുവിന്റെപോലെതന്നെ ഭാര്യ ഷൈജയും അദ്ദേഹത്തോട് വളരെ സ്നേഹത്തിലായിരുന്നു.

വണ്ടിയിൽനിന്നും ഇറങ്ങുമ്പോൾ രണ്ടുപേരും ഷാരോണിനെ വീട്ടിലേക്ക് ക്ഷണിക്കുക പതിവായിരുന്നു. ചിലപ്പോഴൊക്കെ വണ്ടിയിൽനിന്നും സാധനങ്ങൾ ഇറക്കി വീട്ടിലേക്ക് എത്തിച്ചു കൊടുക്കുമെങ്കിലും കയറി ഇരിക്കാറില്ല. അതിലുള്ള പരിഭവം രണ്ടുപേരും അദ്ദേഹത്തോട് പലപ്പോഴും പറഞ്ഞിട്ടുമുണ്ട്. അപ്പോഴെല്ലാം പിന്നീടാവാം എന്ന മറുപടിയായിരുന്നു ഷാരോണിന്.

“ഷാരൂ, ഇന്ന് വൈകീട്ടെന്താ പരിപാടി?” സാബു ആയിരുന്നു ഫോണിൽ.

“പ്രത്യേകിച്ച് പരിപാടി ഒന്നുമില്ല. വ്യാഴാഴ്ച അല്ലേ, റൂമിൽ എല്ലാവരും ഉണ്ടാവും. എന്തെങ്കിലുമൊക്കെ കളിചിരിതമാശകളുമായി റൂമിൽതന്നെ ഉണ്ടാവും” അവൻ പറഞ്ഞു.

“എങ്കിൽ ഞാൻ വൈകീട്ട് വിളിക്കാം, നമുക്ക് പുറത്തൊന്ന് പോകേണ്ടി വരും.”

“ഓക്കേ.” ഫോൺ കട്ട് ചെയ്തു.

വൈകീട്ട് അഞ്ചു മണി ആയപ്പോൾ വീണ്ടും സാബുവിന്റെ വിളി വന്നു. സാബുവിനെയും കുടുംബത്തെയും അടുത്തുള്ള ഷോപ്പിംഗ് മാളിലും തിരിച്ചു വീട്ടിലും വിട്ട് കൊടുത്തു. വണ്ടിയിൽനിന്നും ഇറങ്ങുമ്പോൾ സാബുവും ഷൈജയും പറഞ്ഞു.

“ഇന്ന് രാത്രി ഭക്ഷണം കഴിക്കാൻ ഇങ്ങോട്ടു വരണം.”

“അയ്യോ അത് വേണ്ട.” അവൻ പറഞ്ഞു.

“എന്തായാലും വരണം.” അവർ നിർബന്ധിച്ചു.

“എനിക്ക് പത്തു മണിക്ക് എയർപോർട്ടിൽ ആളെ വിടാനുണ്ട്. അതുകൊണ്ട് എത്താൻ പ്രയാസമായിരിക്കും.” ഷാരോൺ പറഞ്ഞു.

“അത് പ്രശ്നമില്ല. എത്ര വൈകിയാലും ഞങ്ങൾ കാത്തിരിക്കും.” സാബു ആവർത്തിച്ചു.

“എങ്കിൽ ശരി, ഞാൻ വരാം.” അവരുടെ നിർബന്ധത്തിന് അവൻ വഴങ്ങി.

എയർപോർട്ടിലെ ഓട്ടമെല്ലാം കഴിയുമ്പോൾ മണി പതിനൊന്ന് ആയിരുന്നു. ഷാരോൺ നേരെ സാബുവിന്റെ വീട്ടിൽ എത്തി. കോളിങ്ങ് ബെല്ലടിച്ചു. സാബു വാതിൽ തുറന്നു. അകത്ത് കയറിയപ്പോൾ ഭക്ഷണമെല്ലാം തയ്യാറാക്കി ടേബിളിൽ വെച്ചിരിക്കുന്നു. മൂന്ന് വയസ്സുള്ള മകൻ സോഫയിൽ ഉറങ്ങുന്നുണ്ട്. കൂടുതൽ സംസാരിക്കാനൊന്നും ഇരിക്കാതെ പെട്ടെന്നുതന്നെ മൂന്നുപേരും ഭക്ഷണം കഴിക്കാൻ ഇരുന്നു. പല വിഭവങ്ങളും മേശമേൽ തയ്യാറായിരുന്നു. കഴിക്കാനും കഴിപ്പിക്കാനും അവർ പരസ്പരം മത്സരിച്ചു.

ഭക്ഷണമെല്ലാം കഴിച്ചു കഴിഞ്ഞപ്പോൾ പോകുവാൻ വേണ്ടി ഒരുങ്ങിയ ഷാരോണിനോട് അല്പം നേരം ഇരിക്കൂ, കുറച്ചുനേരം സംസാരിച്ചിട്ട് പോകാം. ഇനി ഇന്ന് വേറെ പണിയൊന്നും ഇല്ലല്ലോ എന്ന് പറഞ്ഞത് സാബുവായിരുന്നു.

”ഭക്ഷണം കഴിച്ചത് കുറച്ചു കൂടുതൽ ആയെന്നു തോന്നുന്നു.” ചുവരിനോട് ചേർന്ന് തറയിൽ ഇരിക്കുന്നതിനിടയിൽ ഷാരോൺ പറഞ്ഞു.

"എങ്കിൽ പുതിയിന ചേർത്ത കുറച്ചു സുലൈമാനി ആവാംല്ലേ?" സാബു ചോദിച്ചു.

"ആവാമല്ലോ." ഷാരോൺ പറഞ്ഞു.

പറയേണ്ട താമസം അടുക്കളയിൽ ചായയ്ക്കുള്ള വെള്ളം തിളയ്ക്കാൻ തുടങ്ങി.

"എങ്കിൽ ഇനിയൊരു സിനിമ കണ്ടിട്ട് പോയാൽ മതി." സാബുവിന്റെ ആവശ്യം ഷാരോൺ തല കുലുക്കി സമ്മതിച്ചു.

ഡിവിഡി ഓൺ ചെയ്ത സാബു കിച്ചണിൽ പോയി വേസ്റ്റ് ബോക്സിൽ കളയാനുള്ള പ്ലാസ്റ്റിക് കവറുമായി വന്നു.

"ഞാനിതൊന്ന് പുറത്തു കളഞ്ഞിട്ടു വരാം."

വാതിൽ തുറന്ന് പുറത്തു കടക്കുന്നതിനിടയിൽ സാബു പറഞ്ഞു. വാതിൽ പുറത്തു നിന്ന് വലിച്ചടക്കുകയും ചെയ്തു. അപ്പോഴേക്കും സിനിമ തുടങ്ങിയിരുന്നു.

ഷൈജ കട്ടൻ ചായയുമായി വന്ന് അത് ഷാരോൺന്റെ കൈയിൽ കൊടുത്ത് തൊട്ടടുത്തായി തറയിൽതന്നെ ഇരുന്നു. ചിരിച്ചുകൊണ്ട് ഷാരോണിന്റെ മുഖത്തേക്കൊന്നു നോക്കി. ശേഷം ടിവിയിലേക്കും.

സത്യം ആരോടെങ്കിലും തുറന്നു പറയണമെന്ന് നിർബന്ധമുള്ളതുകൊണ്ട് മാത്രം പറയുന്നു. ഞെട്ടിപ്പോയി എന്നു മാത്രമല്ല, ഐസ് വെള്ളമാകുന്നതുപോലെ ശരീരം വെള്ളമായി ഭൂമിയിലേക്ക് അലിഞ്ഞുചേരുന്നുവെന്ന് ഒരുനിമിഷം തോന്നിപ്പോയി. വീണ്ടും അവൻ ടി.വിയിലേക്ക് നോക്കി. അവനത് വിശ്വസിക്കാൻ കഴിഞ്ഞില്ല. ഒരിക്കൽപോലും അവൻ പ്രതീക്ഷിച്ചതുമല്ല ഇവരിൽനിന്നും ഇങ്ങനൊരു സമീപനം. വീണ്ടും ഷൈജ അവന്റെ മുഖത്തേക്കു നോക്കി, എന്നിട്ട് ചോദിച്ചു.

"എങ്ങനെയുണ്ട് സിനിമ?"

വായിൽനിന്നും നാക്ക് ഇറങ്ങിപ്പോയതുപോലെ അവനു തോന്നി. തൊണ്ട വരളുന്ന പ്രതീതി. ശബ്ദം പുറത്തേക്കു വരാത്തതുപോലെ. വിയർപ്പിന്റെ തലോടൽ ഷാരോണിന്റെ ശരീരത്തെ മുഴുവൻ നനയ്ക്കുന്നുണ്ടായിരുന്നു. ശരീരത്തിന്റെ ബലം പരിപൂർണ്ണമായും കൈമോശം വന്നിരിക്കുന്നു. ആത്മാവ് ഉപേക്ഷിച്ച ഈ ശരീരം ഭൂമിയിൽ ലയിച്ചു ചേർന്നുവോ എന്ന് തോന്നിയ നിമിഷം. ഒരു സ്വപ്നത്തിൽ നിന്നും എഴുന്നേറ്റവനെപ്പോലെ പെട്ടെന്നവൻ ചോദിച്ചു.

"എന്ത്?"

ചിരിച്ചുകൊണ്ട് ഷൈജ വീണ്ടും ചോദിച്ചു. "എന്തേ, സിനിമ കാണാൻ തുടങ്ങുമ്പോഴേക്കും പരിസരം മറന്നുപോയോ? "

ഇവരുടെ മുഖത്ത് മിന്നിമായുന്ന ഈ വികാരം എന്താണ്? ഇതിനുമുമ്പ് ഇവരുടെ എന്നല്ല, ജീവിതത്തിൽ ഒരു സ്ത്രീയുടെ മുഖത്തും താനീ ഭാവം കണ്ടതായി ഓർക്കുന്നില്ല.

"എന്തേ വിയർക്കുന്നേ, വെള്ളം വേണോ?" അവൾ ചോദിച്ചു.

വേണം എന്ന അർത്ഥത്തിൽ അവൻ തല കുലുക്കി.

ഷൈജ അടുക്കളയിൽ പോയി ഒരു ഗ്ലാസ് വെള്ളം കൊണ്ടു വന്ന് അവന്റെ അടുത്ത് തന്നെ വീണ്ടും ഇരുന്നു.

അവൻ ആ വെള്ളം വാങ്ങി ഒറ്റവലിയിൽ കുടിച്ചു തീർത്തു.

അല്പം പോലും ഭാവമാറ്റമില്ലാതെ അവൾ വീണ്ടും ചോദിച്ചു.

"എന്തേ, ഇതുപോലുള്ള സിനിമകൾ ഇതിനു മുമ്പ് കണ്ടിട്ടില്ലേ?"

സർവ്വശക്തിയും സംഭരിച്ച് ഷാരോൺ തന്റെ പൂർവ്വസ്ഥിതിയിലേക്ക് മടങ്ങാൻ ശ്രമിച്ചു.

"ഇതുപോലുള്ള സിനിമകൾ കണ്ടിട്ടുണ്ട് ഒരുപാട് തവണ. അന്നെല്ലാം അത് ഒരുപാട് ആസ്വദിച്ചിട്ടുമുണ്ട്. പക്ഷേ ഇങ്ങനൊരു സാഹചര്യത്തിൽ ആദ്യമാണ്. മാത്രവുമല്ല, ഇവിടെ തീർത്തും അപ്രതീക്ഷിതവുമായിരുന്നു. ഉൾക്കൊള്ളാൻ ഇപ്പോഴും മനസ്സ് തയ്യാറായിട്ടില്ല. അതുകൊണ്ടുതന്നെ എന്താണ് നിങ്ങളോട് സംസാരിക്കേണ്ടത് എന്ന് എനിക്ക് ഒരുപിടിയും കിട്ടുന്നില്ല. നിങ്ങളെ ഇതുവരേക്കും ഞാൻ മനസ്സിലാക്കിയ ഭാവവും രൂപവും ഇതായിരുന്നില്ല. അതുകൊണ്ടുതന്നെ ഇത്തരം ഒരു സിനിമ കണ്ട് ആസ്വദിക്കാനുള്ള മാനസികാവസ്ഥയും ഇപ്പോൾ എനിക്കില്ല. ഇത് എന്റൊരു ഭീരുത്വമായി നിങ്ങൾക്ക് വിലയിരുത്താം. എന്തായാലും ഇപ്പോൾ ഞാൻ പോകുന്നു. നിങ്ങളുടെ ഭർത്താവ് വരുന്നതുവരെ ഞാൻ ഇവിടെ ഇരിക്കുന്നില്ല. ഈ സാഹചര്യത്തിൽ അദ്ദേഹത്തെ എങ്ങനെ നേരിടണമെന്ന് എനിക്ക് അറിയുകയുമില്ല. അദ്ദേഹത്തോട് പറഞ്ഞോളൂ ഞാൻ പോയി എന്ന്. പിന്നീട് സംസാരിക്കാം നമുക്ക്."

യാത്ര പറഞ്ഞു വാതിൽ തുറന്ന് പുറത്തു കടന്ന ഷാരോൺ കണ്ടത്, സിഗരറ്റ് വലിച്ചു വാതിലിന് തൊട്ടടുത്ത് നിൽക്കുന്ന സാബുവിനെയാണ്.

"പോവുകയാണോ ഇത്ര പെട്ടെന്ന്?" സാബു ചോദിച്ചു.

"അതെ. പോയിട്ട് കുറച്ചു പണിയുണ്ട് റൂമിൽ." ഷാരോൺ മറുപടി പറഞ്ഞു.

തന്റെ റൂമിലേക്കുള്ള യാത്രയിൽ തന്നോടുതന്നെ അവന് വെറുപ്പ് തോന്നി. ഒരുപാട് മോശമായി ജീവിച്ചിരുന്ന ഒരു കാലം ഉണ്ടായിരുന്നു തനിക്ക്. അന്നെല്ലാം ഒരുപാട് തോന്നിവാസങ്ങളും

താൻ ചെയ്തിട്ടുണ്ട്. അതെല്ലാം ചെയ്യുമ്പോഴും തനിക്ക് വല്ലാത്ത ആത്മസംതൃപ്തി തോന്നിയിരുന്നു. അന്നൊന്നും ഒരിക്കൽപോലും അതിൽ പശ്ചാത്താപവും തോന്നിയിരുന്നില്ല. പകൽപോലും തനിച്ച് പോകാത്ത ഇടങ്ങളിലേക്ക് കുറുക്കനെപ്പോലെ പാതിരാത്രികളിൽ ഒറ്റയ്ക്കുപോയി ഓരോ വൃത്തികേടുകൾ ചെയ്തു തിരിച്ചു വീട്ടിൽ വന്നു കിടക്കുമ്പോൾ എന്തോ ഒരു ധീരകൃത്യം ചെയ്തവനെപ്പോലെ താൻ ആത്മസംതൃപ്തി നേടിയിട്ടുണ്ട്. പ്രായത്തിന്റെ പരിധി ക്കുള്ളിൽ നിന്നുള്ള കുസൃതികൾ മാത്രമായിരുന്നു അതെല്ലാം എന്ന് വിലയിരുത്താനാണ് ഇപ്പോഴും ഇഷ്ടം.

എന്നിട്ടും ഈ ഒരു സംഭവം ഉൾക്കൊള്ളാൻ മനസ്സ് പാകപ്പെടു ന്നില്ല. എന്തായിരുന്നു അവരുടെ ഉദ്ദേശ്യം? അവർ തന്നെ പരീക്ഷിച്ച തായിരുന്നുവോ? അതോ അവർക്ക് ദുരുദ്ദേശ്യം എന്തെങ്കിലും? വായിച്ചും കേട്ടും അറിഞ്ഞുള്ള ഒരുപാട് അനുഭവങ്ങൾ തനിക്കുണ്ട്. എന്നാൽ ഇത് തികച്ചും വ്യത്യസ്തമല്ലേ? സ്വന്തം ഭർത്താവ് തന്നെ അവസരം ഒരുക്കി ഭാര്യയെ തെറ്റ് ചെയ്യാൻ പ്രേരിപ്പിക്കുമോ? തന്റെ കാഴ്ചപ്പാടിൽ ഒരു സുന്ദരിയായ സ്ത്രീക്ക് വേണ്ട എല്ലാ ഗുണങ്ങളും അവർക്കുണ്ടല്ലോ. പൗരുഷമുള്ള ഒരു ശരീരം അയാൾക്കുമുണ്ടല്ലോ. പിന്നെ എന്തിന് ഇവർ രണ്ടുപേരുംകൂടി പ്ലാൻ ചെയ്തു തയ്യാറാക്കി യതുപോലുള്ള ഒരു സാഹചര്യം അവിടെ ഉണ്ടാക്കി? ആ കുട്ടി ഇവരുടെ രണ്ടുപേരുടെയും കൂടിയുള്ള കുട്ടിയല്ലേ? ഇവർ ഭാര്യാ ഭർത്താക്കന്മാർ തന്നെയല്ലേ?

റൂമിൽ ചെന്ന് ആരോടും മിണ്ടാതെ ഷാരോൺ കട്ടിലിൽ കയറി കിടന്നു. ഒരുപാട് ചോദ്യങ്ങൾ മനസ്സിലൂടെ മിന്നി മാഞ്ഞുകൊണ്ടി രുന്നു.

സ്ത്രീകളോട് താല്പര്യമില്ലാത്ത ഒരു വ്യക്തിയൊന്നും ആയി രുന്നില്ല താൻ. പക്ഷേ ഈ സ്ത്രീയോട് വളരെ മാന്യമായിട്ടേ പെരു മാറിയിട്ടുള്ളൂ ഇതുവരേക്കും. പിന്നെ എന്തിന് അവർ തന്നോട് ഇങ്ങനെ ചെയ്തു? ഉത്തരം കിട്ടാത്ത ആയിരം ചോദ്യങ്ങൾ അവനെ ഉറങ്ങാൻ അനുവദിക്കാതെ നേരം വെളുപ്പിച്ചു.

പിറ്റേദിവസം രാവിലെതന്നെ സാബുവിന്റെ കോൾ ഷാരോണിന് വന്നു. ഫോണെടുത്തപ്പോൾ അങ്ങേ തലയ്ക്കൽ ആ സ്ത്രീ ആയി രുന്നു.

"വൈകീട്ട് അഞ്ചു മണിക്ക് ഒന്ന് വരുമോ ഇങ്ങോട്ട്? പുറത്തൊന്ന് പോകാൻ ഉണ്ടായിരുന്നു."

"വരാം." അവൻ പറഞ്ഞു.

കൃത്യം അഞ്ചു മണിക്ക് തന്നെ ഷാരോൺ അവരുടെ വീടിന്

അടുത്തെത്തി, മിസ്ഡ് കോൾ ചെയ്തു. അഞ്ച് മിനിറ്റിനുള്ളിൽ ഷൈജ തനിയെ വന്ന് വണ്ടിയിൽ കയറി ഇരുന്നു.

"സാബു ഇല്ലേ?" അവൻ ചോദിച്ചു.

"ഉണ്ട്, ഇപ്പോൾ വരും. സാബു വരുന്നതിന് മുമ്പ് എനിക്ക് തന്നോട് അല്പം സംസാരിക്കാൻ ഉണ്ട്. അല്ലെങ്കിൽ വേണ്ട താങ്കൾ തന്നെ ആദ്യം സംസാരിച്ചോളൂ." അവൾ പറഞ്ഞു.

"ചോദിക്കാനും അറിയാനും എനിക്ക് ഒന്നല്ല ഒരുപാട് ഉണ്ട്." ഷാരോൺ പറഞ്ഞു.

"ഓരോന്നായി ചോദിച്ചോളൂ. ഇന്നലത്തെ കാര്യത്തെക്കുറി ച്ചാണോ നിനക്ക് അറിയേണ്ടത്?" ഷൈജ ചോദിച്ചു.

"അതെ, അതുതന്നെ. എന്താണ് ഇങ്ങനെ ഒരു പ്ലാനിങ്ങിലൂടെ എന്നിൽനിന്നും നിങ്ങൾ പ്രതീക്ഷിച്ചത്?" ഷാരോൺ ചോദിച്ചു.

അവൾ പറയാൻ തുടങ്ങി,

"വിവാഹം കഴിഞ്ഞ ആദ്യനാളുകളിൽതന്നെ ഞാൻ തിരിച്ച റിഞ്ഞു, എന്റെ ഭർത്താവിന്റെ വൈകല്യത്തെ. വളരെ വേദനയോടെ ഞാൻ ആ സത്യം എന്റെ വീട്ടിൽ അറിയിച്ചു. കുറച്ചു കഴിയുമ്പോൾ എല്ലാം ശരിയായിക്കൊള്ളും എന്ന ഉപദേശങ്ങൾ ആയിരുന്നു വീട്ടിൽനിന്നും കിട്ടിക്കൊണ്ടിരുന്നത്. അങ്ങനെ ആഴ്ചകളും മാസ ങ്ങളും കടന്നുപോയി. ഒരു ഗ്രാമീണ പശ്ചാത്തലത്തിൽ ജീവിക്കുന്ന നിരക്ഷരർ ആയിട്ടുള്ള എന്റെ മാതാപിതാക്കൾക്ക് എന്റെ സങ്കടം ഉൾക്കൊള്ളാൻ കഴിഞ്ഞിരുന്നില്ല. അവരോട് എന്റെ സങ്കടങ്ങൾ അവതരിപ്പിക്കുമ്പോഴെല്ലാം വിവാഹപ്രായം എത്തി നിൽക്കുന്ന രണ്ട് അനുജത്തിമാരെക്കുറിച്ചും എന്റെ വിവാഹത്തിന് വന്നിട്ടുള്ള കട ങ്ങളെക്കുറിച്ചും അവർ എന്നെ ഓർമ്മിപ്പിച്ചുകൊണ്ടിരുന്നു.

പല ഡോക്ടർമാരെയും ഞങ്ങൾ മാറി മാറി കണ്ടു. ഉപദേശ ങ്ങൾ തേടി. ഒരുപാട് ടെസ്റ്റുകൾക്കും കൗൺസിലിങ്ങിനും ശേഷം നഗരത്തിലെ ഏറ്റവും മുൻനിര ഹോസ്പിറ്റലിലെ പ്രശസ്തനായ ഡോക്ടർ ആ ഞെട്ടിക്കുന്ന കാരണം കണ്ടെത്തി.

"ഒരു മനുഷ്യൻ ജനിച്ചു വളരുന്നത് അനുസരിച്ച് അവന്റെ ചിന്ത കളും വികാരവിചാരങ്ങളും വളർന്നുകൊണ്ടിരിക്കും. എന്നാൽ സാബുവിൽ ലൈംഗികാഭിലാഷം (Sexual desire) വളർച്ച വെറും പത്ത് ശതമാനം മാത്രമേ ഉള്ളൂ.

ഉദാ: മുപ്പത് വയസ്സ് ആണ് സാബുവിന്റെ ഇപ്പോഴത്തെ പ്രായ മെങ്കിൽ, മൂന്ന് വയസ്സുള്ള കുട്ടിയുടെ ലൈംഗികശേഷി മാത്രമേ സാബുവിൽ ഉള്ളൂ എന്ന്.

ഞങ്ങളോട് രണ്ടുപേരോടും കൂടിയാണ് ഡോക്ടർ ഈ കാര്യം വെളിപ്പെടുത്തിയത്. നിരന്തരമായിട്ടുള്ള ചികിത്സയും കൗൺസിലിംഗുംകൊണ്ട് ചെറിയ മാറ്റങ്ങൾ കണ്ടേക്കാം, പക്ഷേ പൂർണ്ണമായും ശരിപ്പെടും എന്ന് പറയാൻ കഴിയില്ല. വേണമെങ്കിൽ പരസ്പര സമ്മതത്തോടെ നിങ്ങൾക്ക് വേർപിരിയാം. അല്ലെങ്കിൽ പ്രതീക്ഷയോടെ ഒരുമിച്ചു മുന്നോട്ട് പോകാം."

നിറകണ്ണുകളോടെയാണ് ഞങ്ങൾ ഡോക്ടറുടെ അടുത്ത് നിന്നും തിരിച്ചുപോന്നത്. പരസ്പരം മുഖത്തോട് മുഖം നോക്കാനോ മിണ്ടാനോ കഴിയുന്നില്ലായിരുന്നു രണ്ടുപേർക്കും. ഹോട്ടലിൽ കയറി ഭക്ഷണം കഴിച്ചതിനുശേഷം ഞങ്ങൾ അടുത്തുള്ള ഒരു പബ്ലിക് പാർക്കിൽ ചെന്നിരുന്നു. മരവിച്ച മനസ്സുമായി ഒന്നും മിണ്ടാൻ കഴിയാതെ ദൂരേക്ക് നോക്കിയിരുന്നു രണ്ടുപേരും. കുറേ നേരത്തെ നിശ്ശബ്ദതയെ കീറിമുറിച്ച് സാബു ചോദിച്ചു. "എന്താ വേണ്ടത്? പിരിയണോ നമുക്ക്?"

അവന്റെ മുഖത്തേക്കൊന്ന് നോക്കി ഞാൻ. ഒരു കൊച്ചു കുട്ടിയെപ്പോലെ അവൻ പൊട്ടിക്കരയുകയായിരുന്നു. ശബ്ദം നിലച്ചുപോയ നിമിഷമായിരുന്നു എനിക്കത്. ഒന്നും മിണ്ടാതിരുന്ന എന്നെ നോക്കി വീണ്ടും അവൻ കരഞ്ഞുകൊണ്ടുതന്നെ പറഞ്ഞു.

"ഞാൻ നിന്റെ മടിയിലൊന്ന് തല ചായ്ച്ചോട്ടെ അല്പനേരം? ഒരുപക്ഷേ നമ്മൾ എടുക്കാൻ പോകുന്ന തീരുമാനം ഇനി അതിന് അനുവദിക്കാത്തത് ആണെങ്കിലോ?"

അണപൊട്ടി ഒഴുകുന്ന വെള്ളച്ചാട്ടംപോലെ എന്റെ എല്ലാ നിയന്ത്രണങ്ങളും നഷ്ടപ്പെടുകയായിരുന്നു. ഞാൻ സാബുവിന്റെ മടിയിലേക്ക് തലതല്ലി വീണു. കൈകൾ കൊണ്ട് മുഖം മറച്ച് ഉറക്കെ ഉറക്കെ കരയാൻ തുടങ്ങി. സാബു എന്തൊക്കയോ പറഞ്ഞ് എന്നെ ആശ്വസിപ്പിക്കുന്നുണ്ടായിരുന്നു. നേരം ഇരുട്ടുവോളം ഞങ്ങൾ അവിടെത്തന്നെ ഇരുന്നു.

വീട്ടിൽ പോകുവാൻ വേണ്ടി എഴുന്നേറ്റു നടക്കുന്നതിനിടയിൽ സാബു വീണ്ടും പറഞ്ഞു

"എന്ത് തീരുമാനം വേണമെങ്കിലും നീ എടുത്തോളൂ. ഒന്നുറപ്പാണ്, നീ ഇല്ലാത്ത ഒരു ജീവിതം എനിക്ക് ഇനിയില്ല. വേർപിരിയാമെന്നൊരു തീരുമാനമാണ് നീ എടുക്കുന്നതെങ്കിൽ ഇതെന്റെ അവസാനത്തെ രാത്രിയായിരിക്കും. നാളെ ഈ ലോകത്തോട് ഞാൻ വിട പറയും. എനിക്ക് ഈ ഭൂമിയിൽ ഇനി ബാക്കിയുള്ള ആയുസ്സ്, നമ്മൾ വേർപിരിയുക എന്ന തീരുമാനം എടുക്കുന്നത് വരെയാണ്. ഇതൊരു ഭീഷണിയല്ല. എല്ലാം നഷ്ടപ്പെടാൻ പോകുന്നവന്റെ അവസാനവാക്കാണ്."

വണ്ടിയിലിരുന്ന് വീട് എത്തുന്നതുവരെ എന്ത് തീരുമാനം എടുക്കണമെന്ന് ഞാൻ ചിന്തിച്ചുകൊണ്ടേയിരുന്നു. എന്റെ ഭാവിയും ഭാവിയിലെ സന്തോഷവും നോക്കി വേർപിരിയാം എന്ന തീരുമാനത്തിൽ എത്താം എന്ന് ഞാൻ തീരുമാനിച്ചു. എന്നാൽ എന്നെ ഇത്രമാത്രം സ്നേഹിക്കുന്ന ഒരാളെ ഉപേക്ഷിച്ച്, അദ്ദേഹത്തിന്റെ ജീവന് അല്പം പോലും പ്രധാന്യം നൽകാതെ, അദ്ദേഹത്തിന്റേതല്ലാത്ത ഒരു കാരണത്താൽ ആ മനുഷ്യനെ ഉപേക്ഷിക്കുന്നത് എത്ര മാത്രം ക്രൂരമാണ് എന്ന് മനസ്സ് ചോദിച്ചുകൊണ്ടേയിരുന്നു.

വീട്ടുകാരെല്ലാം ഞങ്ങളെ ആകാംക്ഷയോടെ കാത്തിരിക്കുകയായിരുന്നു. വീട്ടിൽ എത്തിയ ഉടനെ അവർ ചോദിച്ചു.

“എന്തായി, എന്ത് പറഞ്ഞു ഡോക്ടർ?”

വീട്ടുകാർക്ക് മറുപടി കൊടുത്തത് ഞാനാണ്.

“ഒരു കുഴപ്പവുമില്ല. രണ്ട് മൂന്ന് മാസം മരുന്ന് കഴിച്ചാൽ എല്ലാം ശരിയാവുമെന്ന് ഡോകടർ പറഞ്ഞു.”

എല്ലാവരുടെയും മുഖത്ത് സന്തോഷം വിരിഞ്ഞു. ഞാൻ കാരണം ആ സന്തോഷം ഈ വീട്ടിൽ ഇനി നഷ്ടപ്പെടരുതെന്ന് അന്നൊരു ദൃഢനിശ്ചയം എടുത്തു. വർഷം അഞ്ച് കഴിഞ്ഞു. ഇന്നുവരെ അത് പാലിച്ചു പോന്നു. സ്വാഭാവികമായും നിനക്കൊരു സംശയം ഉദിച്ചേക്കാം. ‘എങ്കിൽ ആ കുട്ടി...’

അത് നീ അറിയേണ്ടതല്ല. നീ എന്നല്ല, ഞങ്ങൾ രണ്ടുപേരുമല്ലാതെ ഈ ലോകത്ത് ആരും. നിന്റെ സംശങ്ങൾക്ക് ഉത്തരം കിട്ടി എന്ന് പ്രതീക്ഷിക്കുന്നു. ഇനിയും എന്തെങ്കിലും സംശയങ്ങൾ അവശേഷിക്കുന്നുണ്ടെങ്കിൽ അതിന് ഉത്തരം നീ സ്വയം കണ്ടെത്തണം. കൂട്ടത്തിൽ ഒരു കാര്യംകൂടി ഞാൻ പറഞ്ഞേക്കാം. ഈ ഭൂമിയിൽ ഞാൻ ആഗ്രഹിക്കുന്നത് എന്തും അദ്ദേഹം എനിക്ക് നേടിത്തരും, എത്ര ത്യാഗം സഹിച്ചാണെങ്കിലും.”

കാറിന്റെ ഡോർ തുറന്ന് ഷൈജ അവളുടെ വീട് ലക്ഷ്യമാക്കി നടന്നു.

നസ്രിയ കൗതുകത്തോടെ അബുവിനെ നോക്കുമ്പോൾ ‘ഏതാനും നിമിഷങ്ങൾക്കകം വിമാനം സലാല ഇന്റർനാഷണൽ എയർപോർട്ടിൽ ഇറങ്ങുന്നതാണ്. യാത്രക്കാരെല്ലാം അരയിൽ ബെൽറ്റ് മുറുക്കി സീറ്റിൽതന്നെ ഇരിക്കേണ്ടതാണ്” എന്ന അനൗൺസ്മെന്റ് കേൾക്കുന്നുണ്ടായിരുന്നു.

■